தமிழ் உணர்ச்சி
தமிழ் வளர்ச்சி
தமிழ் ஆட்சி

முனைவர் பொன் கோதண்டராமன்
(டாக்டர் பொற்கோ)

நியூ செஞ்சுரி புக் ஹவுஸ் (பி) லிட்.,
41-பி, சிட்கோ இண்டஸ்டிரியல் எஸ்டேட்,
அம்பத்தூர், சென்னை- 600 050.
☎: 044 - 26251968, 26258410, 48601884

Language : Tamil

Thamizh Unarchi

Thamizh Valarchi

Thamizh Aadchi

by : **Dr. Porko**

N.C.B.H. First Edition : March, 1994

Revised Edition: April, 2007

Third Edition: July, 2022

Copyright: Author

No.of pages : 136

Publisher:

New Century Book House Pvt. Ltd.,

41-B, SIDCO Industrial Estate,

Ambattur, Chennai - 600 050.

Tamilnadu State, India.

email: info@ncbh.in

Online: www.ncbhpublisher.in

ISBN. 978 - 81 - 2341 - 121 - 7

Code No. A 715

₹ 140/-

Branches

Ambattur (H.O.) 044 - 26359906 **Spenzer Plaza (Chennai)** 044-28490027
Trichy 0431-2700885 **Pudukkottai** 04322- 227773 **Thanjavur** 04362-231371
Tirunelveli 0462-4210990, 2323990 **Madurai** 0452 2344106, 4374106
Dindigul 0451-2432172 **Coimbatore** 0422-2380554 **Erode** 0424-2256667
Salem 0427-2450817 **Hosur** 04344-245726 **Krishnagiri** 04343-234387
Ooty 0423 2441743 **Vellore** 0416-2234495 **Villupuram** 04146-227800
Pondicherry 0413-2280101 **Nagercoil** 04652-234990

தமிழ் உணர்ச்சி

தமிழ் வளர்ச்சி

தமிழ் ஆட்சி

ஆசிரியர் : டாக்டர் பொற்கோ

முதல் பதிப்பு : மார்ச், 1994

திருத்திய பதிப்பு : ஏப்ரல், 2007

மூன்றாம் பதிப்பு : ஜூலை, 2022

அச்சிட்டோர்: பாவை பிரிண்டர்ஸ் (பி) லிட்.,

16 (142), ஜானி ஜான் கான் சாலை, இராயப்பேட்டை, சென்னை - 14

☎: 044-28482441

All rights reserved. No part of this book may be reprinted or reproduced or utilised in any form or by any electronic, mechanical, or other means, now known or hereafter invented, including photocopying and recording, or in any information storage or retrieval system, without permission in writing from the publishers.

ஆசிரியரைப்பற்றி

டாக்டர் பொற்கோ அவர்களை 1961ஆம் ஆண்டு முதல் யானறிவேன். கவிஞர் பொற்கோவாக அறிமுகமான இவர் பிறர் நலன்களில் அக்கறை உள்ளவராகவும் பிறரிடம் உள்ள திறமையைக் கண்டுபிடித்து அதைத் தூண்டுபவராகவும் விளங்கியதை நேரில் கண்டு அவரோடு பழகத் தொடங்கினேன். அந்தப் பழக்கம் நட்பாக மலர்ந்து பேராசிரியர் டாக்டர் பொற்கோவாக அவர் ஆன பின்பும் தொடர்ந்து வளர்ந்து வருகின்றது. அவரைத் தமிழ் நெஞ்சங்களுக்கு அறிமுகப்படுத்துவதில் மகிழ்ச்சியடைகிறேன்.

சென்னைப் பல்கலைக்கழகத் தமிழிலக்கியத் துறையில் பேராசிரியராகப் பணியாற்றும் டாக்டர் பொற்கோ திருச்சி மாவட்டத்தில் உள்ள இரும்புலிக்குறிச்சியில் பிறந்தவர். அண்ணாமலைப் பல்கலைக் கழகத்தில் 1970இல் டாக்டர் பட்டம் பெற்றவர். எம்.ஏ.,பி.ஓ.எல்., புலவர், வங்கமொழி நிறை சான்றிதழ் முதலாய பட்டங்களைப் பெற்ற டாக்டர் பொற்கோ அண்ணாமலைப் பல்கலைக்கழகம், இலண்டன் பல்கலைக்கழகம், உலகத் தமிழாராய்ச்சி நிறுவனம் ஆகிய உயர் கல்வி நிறுவனங்களில் பணியாற்றியவர்.

இவர் இங்கிலாந்தில் உள்ள ரெடிங் பல்கலைக்கழகத்தில் தமிழ்க்கல்வி முனைப்பு வகுப்பைச் சிறப்பாக நிறைவேற்றியவர். யுனெஸ்கோ ஆய்தகை நிலையில் பார்த்தறி ஆய்வறிஞராக (Visiting Scholar) இரண்டு அமெரிக்கப் பல்கலைக்கழகங்களில் ஆய்வுகளையும் கல்வி முறைகளையும் பார்த்தறிந்தவர். திராவிட மொழியியல் கழக ஆய்தகை நிலையில் வட இந்தியப் பல்கலைக்கழகங்களில் உள்ள தமிழ்க்கல்வி பற்றி நேரில் சென்று ஆராய்ந்தவர்.

டாக்டர் சுகமு ஓனோ அவர்கள் தமிழ்-ஜப்பானிய மொழியுறவு பற்றி 1981-82இல் சென்னைப் பல்கலைக் கழகத்தில் நிகழ்த்திய ஆய்வுக்கு இவர் அறிவுரையாளராக இருந்து துணை புரிந்தவர்.

டோக்கியோவில் 1982இல் நடந்த உலக மொழியியலாளர் மாநாட்டில் உலக அறிஞர்களிடையே தமிழ் - ஜப்பானிய மொழியுறவை விளக்கித் தெளிவுபடுத்தி இவர் அந்த ஆய்வின் சிறப்பைப் புலப்படுத்தினார்.

இங்கிலாந்து, பிரான்சு, ஜெர்மனி, இத்தாலி, போலந்து, கனடா, அமெரிக்கா, ரஷ்யா, ஜப்பான் முதலான பல்வேறு நாடுகளைச் சார்ந்த ஆய்வாளர்கட்கும், மாணவர்கட்கும் பல்வேறு சூழலில் தமிழ்மொழி, தமிழிலக்கியம், திராவிட மொழி ஒப்பிலக்கணம் ஆகிய பாடங்களைக் கற்பித்த டாக்டர் பொற்கோ நம் நாட்டில் உள்ள பிறமொழியாளர்கட்கும் இலக்கியத் தமிழையும் பேச்சுத் தமிழையும் இணைத்துப் புதிய அணுகுமுறையைப் பயன்படுத்திக் கற்பித்திருக்கிறார்.

தமிழிலும் ஆங்கிலத்திலும் பல நூல்களையும் கட்டுரைகளையும் உருவாக்கியுள்ள டாக்டர் பொற்கோ தமது மேற்பார்வையில் மொழியியல், இலக்கணம், ஒப்பிலக்கியம், நாட்டுப்புறவியல், இலக்கியக் கொள்கை முதலான துறைகளில் ஆய்வாளர்களை ஈடுபடுத்திப் பத்துக்கும் மேற்பட்ட டாக்டர்கள் உருவாக உதவியிருக்கிறார்.

லண்டன் முரசு, மக்கள் நோக்கு ஆகிய மாத இதழ்களுக்குச் சிறப்பாசிரியராக விளங்கிய இவர் ஆய்வறிஞர்கள் ஒத்துழைப்போடு கடந்த பன்னிரண்டு ஆண்டுகளாகப் புலமை என்ற ஆய்விதழுக்குச் சிறப்பாசிரியராக விளங்குகிறார்.

டாக்டர் பொற்கோவை இங்கிலாந்தில் உள்ள ராயல் ஆசியக் கழகம் 1970இல் ஆய்வறிஞராகத் (Fellow of Royal Asiatic Society) தேர்ந்தெடுத்துச் சிறப்பித்தது. 1972இல் இலண்டன் தமிழ்ச்சங்கம் இவரைச் சங்கப் புரவலராக்கிச் சிறப்பித்தது.

உலக நலம் பற்றியும், மனித நேயம் பற்றியும் எப்போதும் சிந்திக்கும் இவர் எல்லா நலன்களும் பெற்றுப் பல்லாண்டு வாழ்ந்து உலக நலம் செழிக்கவும், மனித நேயம் பெருகவும் தமிழ்த்தொண்டு தழைக்கவும் உதவுவாராக!

அ. மெய்யப்பன்
துணைக் கோட்டப் பொறியாளர்
தமிழக மின்வாரியம்

சென்னை
21-2-86

முகவுரை

சென்னைப் பல்கலைக்கழகத்தில் 1984ஆம் ஆண்டு நவம்பர் மாதம் 28, 29, 30 ஆகிய மூன்று நாள்களிலும் கல்கி அறக்கட்டளைத் திட்டத்தின்கீழ் மூன்று சொற்பொழிவுகளை நிகழ்த்தப் பல்கலைக்கழகம் எனக்கு வாய்ப்பளித்தது. முதல் நாள் தமிழ் உணர்ச்சி என்ற தலைப்பிலும் இரண்டாவது நாள் தமிழ் வளர்ச்சி என்ற தலைப்பிலும் மூன்றாவது நாள் தமிழ் ஆட்சி என்ற தலைப்பிலும் சொற்பொழிவுகளை நிகழ்த்தினேன். அந்தச் சொற்பொழிவுகள் அங்கே பேசியபடியே இப்போது ஒரு நூலாக உருப்பெற்றுள்ளன.

சொற்பொழிவுகளை நிகழ்த்த வாய்ப்பளித்தமைக்கும் அவற்றை நூலாக வெளியிட இசைவு வழங்கியமைக்கும் பல்கலைக்கழகத்திற்கு என் மனமார்ந்த நன்றி.

இந்த அறக்கட்டளைச் சொற்பொழிவு வாய்ப்பை எனக்கு வழங்குவதில் தமிழிலக்கியத் துறைத் தலைவர் பேராசிரியர் டாக்டர். ந. சஞ்சீவி அவர்கள் அன்போடு போற்றத்தக்க முறையில் மிகுந்த அக்கறையோடு அமைதியாக எல்லா முயற்சிகளையும் மேற்கொண்டார்.

இந்தச் சொற்பொழிவுகள் வாயிலாக எனக்குக் கிடைத்த மதிப்பூதியத் தொகையைச் சொற்பொழிவின் போது முதல்நாள் நான் அறிவித்தபடி, இளைய தலைமுறையின் இலக்கிய வீச்சுகள் என்ற நூல் வெளியீட்டுக்காக (அப் போதைய எம்.ஏ. மாணவர்களின் படைப்புகள்) வழங்கி இந்த நூலுக்கு முன் அந்த நூலைப் பார்த்து மகிழ்ந்ததை இப்போது நினைவு கூர்கிறேன்.

சொற்பொழிவுக்கு உரிய இன்றியமையாத ஆதாரங் களைத் தொகுக்கும் போது மிக விருப்பத்தோடு உதவிய அன்பு நெஞ்சங்களை இங்கே குறிப்பிட வேண்டும். **டாக்டர். ச. பார்த்தசாரதி, டாக்டர் தங்கமணியன், திருமதி பகுத்தறிவு மணியன், திரு. சு. அமிர்தலிங்கம்** ஆகியோர் இன்றியமையாத சான்றாதாரங்களைத் திரட்டி உதவினார்கள். **டாக்டர் வீ. அரசு** அவர்கள் சில அரிய நூல்களைத் தந்து உதவினார்.

சொற்பொழிவின்போது அவையில் இருந்தோர் காட்டிய ஆர்வமும் ஈடுபாடும் அவ்வப்போது அவையில்

தோன்றிய மலர்ச்சியும், எழுச்சியும் இந்த உரைகளைச் சிறப்பாக நிறைவேற்ற எனக்குப் பெரிதும் உதவின.

சொற்பொழிவுகள் நிறைவு பெற்றபின் 20.1.85இல் கல்கி இதழில் இந்த உரைகளைப் பற்றி ஒரு கருத்துரையும் இனிய மதிப்பீடும் வெளிவந்தது. அமரர் கல்கி அவர்களின் மகனார் **திரு. இராஜேந்திரன்** அவர்கள் இந்தச் சொற்பொழிவுகளை விரும்பிக்கேட்டு மகிழ்ந்து கல்கியிலும் இந்த உரைகளைப் பற்றிச் செய்திக் குறிப்பு வெளிவர ஏற்பாடு செய்ததை இங்கே நான் போற்றிப் பாராட்டிக் குறிப்பிட விரும்புகிறேன்.

ஒலிபதிப்பானில் பதிவு செய்து இந்த உரைகளை நூலாக உருவாக்குவதில் மிகுந்த அக்கரை காட்டியவர் **டாக்டர் ந. தெய்வசுந்தரம், டாக்டர் அரங்க நலங்கிள்ளி, திரு. இராம மதியழகன், திரு. இராமமூர்த்தி** ஆகியோர் பல வகையில் இந்தப் பணியில் உதவி செய்திருக்கிறார்கள்.

நூலமைப்பில் தனி அக்கறை காட்டி டாக்டர் **து. மூர்த்தி, வழக்கறிஞர் திரு. தென்னன், திரு. ந. அரணமுறுவல்** ஆகியோர் உதவி புரிந்துள்ளார்கள்.

இந்தச் சொற்பொழிவுகள் நூலாக உருப்பெற்ற நிலையில் எனது நண்பர் மின்வாரியத் துணைக் கோட்டப் பொறியாளர் திரு. **அ. மெய்யப்பன்** அவர்கள் என்னைப் பற்றி அன்போடு ஓர் அறிமுகவுரை எழுதி வழங்கியிருக்கிறார்.

என் துணைவியார் **திருமதி கோதை** பல்வேறு சூழலில் பல்வேறு நிலைகளில் இந்நூலுருவாக்கப் பணியில் ஒத்துழைப்பு வழங்கியிருக்கிறார்.

இப்படிப் பலர் தாமே முன்வந்து தாராளமாக உதவிய நிலையில் இன்றைய சூழலில் தமிழ்ச் சமுதாயத்துக்குத் தேவையான சில சிந்தனைகள் என் வழியாக இந்த நூலில் வெளிப்பட்டிருக்கின்றன.

இந்த நூலை உருவாக்க உதவிய எல்லோர்க்கும் என் அன்பு நிறைந்த மனமார்ந்த நன்றி.

●●●●

ஒரு சமுதாயத்தின் மேம்பாட்டுக்கு அந்தச் சமுதாயத்தின் மொழி வளர்ச்சி மிகவும் இன்றியமையாத ஓர் உறுதுணை. சமுதாய மேம்பாடும் மொழி மேம்பாடும் ஒன்றோடொன்று நெருக்கமான தொடர்பு கொண்டவை.

இயல்பாகவே தமிழ்ச் சமுதாய முன்னேற்றத்தில் நமக்கு உள்ள அக்கறையும், இன்றைய புத்துலக அறிவியல் தொழில் நுட்பத் தேவைகட்கேற்ப நம் செந்தமிழ் மொழியும் மேம்பட்டு உலக அரங்கில் உயர் நிலை பெற்று விளங்க வேண்டும் என்ற வேட்கையும் உணர்ச்சி கலந்த அறிவு நிலையில் தமிழ் மேம்பாடு பற்றி என்னைப் பேச வைத்திருக் கின்றன. தமிழ் மேம்பாட்டு நிலையைச் செயல்வடிவில் நடைமுறை உண்மையாகக் காண விரும்பும் தமிழ் நெஞ்சங்களெல்லாம் இந்தநூலை மகிழ்ச்சியோடு விரும்பி வரவேற்றுப் போற்றும் என்று என் உள்ளம் உறுதியாக நம்புகிறது.

அறிஞர்களும், மக்கள் தலைவர்களும் சான்றோர்களும், கல்வியாளர்களும் மற்றும் தமிழ் வளர்ச்சியில் அக்கரை கொண்ட எல்லோரும் செயல் துலங்கச் சிந்திக்க இந்த நூல் ஒரு சிறு தூண்டுகோலாகப் பயன்படும் என்று எதிர் பார்க்கிறேன்.

உலகத் தமிழாராய்ச்சி நிறுவனம், தமிழ்ப்பல்கலைக் கழகம், உலகத் தமிழ்ச் சங்கம் என இவ்வாறு தமிழ் மேம்பாட்டுக்காகச் சிறந்த நிறுவனங்கள் உருவாகியுள்ள காலகட்டத்தில் தமிழ் மேம்பாட்டுக்கு நிலையான வலுவான அடித்தளம் அமைய வேண்டும் என்று நாம் எல்லோரும் விரும்புவது ஓர் இயற்கையான விருப்பம். தமிழ் மேம்பாடு பற்றி முறையாகச் சிந்திக்கவும் நெடுநோக்கில் வழிவகைகளை உருவாக்கி உறுதியோடு முன்நோக்கிச் செல்லவும் இந்த நூல் குறிப்பிடத்தக்க அளவுக்கு உதவும் என்று உறுதியாக நம்புகிறேன்.

இந்த நூலைப் படிக்கும் எல்லோர்க்கும் இந்தச் சொற்பொழிவுகளின் காரணங்களும் நோக்கங்களும் எளிதாக விளங்கும். அந்தக் காரணங்களையும் நோக்கங் களையும் மனத்தில் கொண்டு நான் சொன்ன செய்திகளிலோ செய்திகளைச் சொன்ன முறைகளிலோ குறைபாடுகள் இருப்பின் பொறுத்தருள வேண்டுகிறேன்.

இனி நீங்கள் படிக்க இருப்பது சொற்பொழிவுகள் - கட்டுரைகளல்ல. சொற்பொழிவுகளைக் கேட்பதாக நினைத்துக் கொண்டு படியுங்கள்.

பொற்கோ

பேராசிரியர்

தமிழிலக்கியத் துறை

சென்னைப் பல்கலைக்கழகம்

பொருள்	பக்கம்
ஆசிரியரைப் பற்றி	3
முகவுரை	5
1. தமிழ் உணர்ச்சி	9
2. தமிழ் வளர்ச்சி	40
3. தமிழ் ஆட்சி	75

துணை நூல் பட்டியல்

தமிழ்	107
ஆங்கிலம்	115
நூலைப்பற்றி அறிஞர்களின் கருத்துகள்	117

தமிழ் உணர்ச்சி

எனது பேரன்புக்கும் பெருமதிப்புக்கும் உரிய தலைவர் அவர்களே! பேராசிரியர் டாக்டர். சி. பா. அவர்களே! இங்கே கூடியிருக்கின்ற பேராசிரியப் பெருமக்களே! அறிஞர் பெருமக்களே! மாணவச் செல்வங்களே! உங்கள் எல்லோருக்கும் என்னுடைய அன்பு நிறைந்த வணக்கத்தை முதலில் தெரிவித்துக் கொள்கிறேன்.

நான் என்னுடைய உரையைத் தொடங்குவதற்கு முன்பு சில இன்றியமையாத செய்திகளைக் குறிப்பிட வேண்டும். கல்கி அறக்கட்டளைச் சொற்பொழிவு என்ற இந்த நிகழ்ச்சி உள்ளபடியே நாம் எல்லாரும் போற்றுதற்குரிய ஒரு சிறந்த நிகழ்ச்சி. அதை யாரும் மறுக்க முடியாது. இந்த நிகழ்ச்சியில் கலந்துகொண்டு உரையாற்றுவதற்கு உரிய ஒரு வாய்ப்பினை எனக்கு மிகவும் முயன்று மகிழ்ச்சியோடு தேடித் தந்தவர் நம்முடைய இலக்கியத் துறைத் தலைவர் பேராசிரியர் டாக்டர் ந. சஞ்சீவி அவர்கள். அதற்காக அவருக்கு என்னுடைய மனம் நிறைந்த நன்றியை முதலில் நான் தெரிவித்துக் கொள்கிறேன்.

இந்த அறக்கட்டளைச் சொற்பொழிவு நிகழ்த்த வேண்டும் என்ற ஏற்பாடு சென்ற ஆண்டிலேயே செய்யப் பட்ட ஒன்று. சற்றுத் தாமதமாக அந்த உரையை நான் நிகழ்த்து கிறேன். அதற்காக நான் வருந்துகிறேன்.

அடுத்ததாக, நான் ஆற்ற இருக்கின்ற இந்த உரை சற்றுச் சிக்கலான ஓர் உரைதான். நான் எவ்வளவு கவனமாகவும் பக்குவமாகவும் ஆற்ற வேண்டுமோ அவ்வளவு கவனமாகவும் பக்குவமாகவும் இந்த உரையை ஆற்ற விரும்புகிறேன். கடந்தகால வரலாற்று நிகழ்ச்சிகளை - செய்திகளைச் சொல்லும்பொழுது யாருக்காவது எந்த விதத்திலாவது அது மனத்துக்கு விரும்பத்தகாததாகவோ கசப்பளிப்பதாகவோ இருந்தால் - இல்லாமல் பார்த்துக் கொள்கிறேன் - இருந்தால் தயவுசெய்து நீங்கள் முன்கூட்டியே என்னை மன்னிக்க வேண்டும் என்று வேண்டிக் கொள்ளுகிறேன். இந்த முன்னுரையோடு என்னுடைய உரையைத் தொடங்குகிறேன்.

இன்று நிகழ்த்த இருக்கும் உரை தமிழ் உணர்ச்சி. தமிழ் உணர்ச்சி என்று சொன்ன உடனே மற்ற உணர்ச்சிகளுக்கும் இந்த உணர்ச்சிக்கும் ஒரு வேறுபாடு இருப்பது நமக்குத் தெரிகிறது. தமிழ் உணர்ச்சி என்பதைப் பற்றி விளங்கிக் கொள்வதற்கு முன்பு தமிழ் என்பதைப் பற்றியும் சில குறிப்புரைகளைக் கூற வேண்டும்.

உலகமொழிகளுக்கெல்லாம் - பெரும்பாலான மொழி களுக்கு மக்களின் பெயரால் மொழி அமைந்திருக்கிறது. அல்லது நாட்டின் பெயரால் மொழி அமைந்திருக்கிறது. ஆனால், தமிழைப் பொறுத்தவரையில் மக்களுக்கு மொழியின் பெயரால் பெயர் அமைகிறது. நாட்டுக்கும் மொழியின் பெயரால் பெயர் அமைகிறது. தமிழ் என்பது முதலாவதாக நிற்கிறது. தமிழர் என்பது அதன்பிறகு, தமிழகம் அல்லது தமிழ்நாடு என்பதும் அதன்பிறகு, இப்படிப்பட்ட ஒரு சிறப்புக் குறிப்பு தமிழ் மொழிக்கு அமைந்திருக்கிறது. இந்த மொழி காலந்தோறும் பல்வேறு எதிர்ப்புகளுக்கிடையே வள்ர்ந்து வந்திருக்கிறது என்பது நம் எல்லாருக்கும் தெரியும். ஒரு முன்னோட்டம் போலத் தமிழைப் பற்றிச் சில செய்திகளைச் சொல்லிப் பிறகு பதினெட்டாம் நூற்றாண்டு பத்தொன்பதாம் நூற்றாண்டுக்குரிய செய்திகளை விரிவாகப் பார்க்கலாம்.

சங்ககாலத்தில் முதன் முதலில் தமிழ் மக்களினுடைய ஆற்றலையெல்லாம், தமிழ் அரசர்களுடைய ஆற்றலை யெல்லாம் தமிழின்மேல் ஏற்றுவதாக வருகின்ற ஒரு தொடர், சிலப்பதிகாரத்தில், ‘அருந்தமிழ் ஆற்றல்’ என்பது. சேரன் செங்குட்டுவன் படையெடுத்துப் போகும்போது இந்தப் படையோடு நீ எங்குச் செல்கிறாய் என்ற வினாவுக்கு அவன் விடையிறுப்பதாக வருகின்ற பகுதி அது. ‘அருந்தமிழாற்றல் அறிந்திலர் ஆங்கெனச் சீற்றம் கொண்டு இச்சேனை செல்வது’ என்று அவன் பதில் சொல்கிறான். அங்கே அருந்தமிழ் ஆற்றல் என்று அவன் குறிப்பிடுவது தமிழ் மக்களுடைய ஆற்றல் அல்லது தமிழ் மன்னர்களுடைய ஆற்றல். அதைத் தமிழின் மேல் ஏற்றித் ‘தமிழ் ஆற்றல்’ என்று சொல்கிறான். அங்கே தமிழ் என்பதற்குப் பொருள் ‘வீரம்’ என்று ஆகிறது. தமிழ் மக்களுடைய வீரம்.

இன்னும், ஆரிய அரசன் பிருகத்தனுக்குத் தமிழ் உணர்த்தியது என்ற பகுதியில் தமிழ் என்பதற்குப் பொருள்

அகப்பொருள் என்று ஆகிறது. தமிழ் என்பதற்கு அகப் பொருள் என்று பொருள். வீரம் என்று இன்னொரு பொருள்.

இன்னும் ஒன்று, திருமந்திரத்திற்குத் தமிழ் மூவாயிரம் - தமிழ் என்றே ஒரு பெயர். அவரே பாடும்போது கூட 'என்னை நன்றாக இறைவன் படைத்தான். தன்னை நன்றாகத் தமிழ் செய்யுமாறே' என்று பாடுகிறார். அங்கே தமிழ் என்பதற்குப் பொருள் 'இறைமை' என்று ஆகிறது.

அதற்குப்பிறகு, தேவார காலத்தின் சம்பந்தரைப் பற்றிப் பிற்காலத்தில் குறிப்பிடும் பொழுதெல்லாம் 'நாளும் இன்னிசையால் தமிழ் பரப்பும் ஞானசம்பந்தன்' என்று குறிப்பிடுகிறோம். அங்குத் தமிழ் என்பது சைவ சமயம் என்று ஆகிறது. தமிழ் என்பதற்கே காலந்தோறும் வரும் பொருளைப் பற்றிச் சற்றே எண்ணிப் பார்ப்பது இங்கே பயன் தரும்.

தொடக்கத்தில் வீரம் என்று ஒரு பொருளைப் பார்த்தோம். அகப்பொருள் என்று இன்னொரு பொருளைப் பார்த்தோம். இறைமை என்ற இன்னொரு பொருளைப் பார்த்தோம். சைவ சமயம் என்று இன்னொரு பொருளைப் பார்த்தோம். தமிழ் என்பதற்கு இப்படிப்பட்ட பொருள்கள் காலந்தோறும் விளைந்து வந்திருக்கின்றன.

இங்கே இந்தப் பொருள்களெல்லாம் ஏற்படக் காரணம் தமிழில் உள்ள இலக்கியங்கள் அல்லது தமிழில் உள்ள பாடுபொருள்கள் - தலைமையான பாடுபொருள்கள். இவற்றை அடிப்படையாகக் கொண்டு இந்தப் பொருள்கள் விளைந் திருக்கின்றன.

பிறகு, கால்டுவெல் காலத்தில்தான் தமிழ் என்பது ஒரு மொழி என்று மொழி உணர்ச்சி ஒன்று தோன்றுகிறது. அதற்கு முன்பு இருந்ததெல்லாம் பாடுபொருளைப் பற்றிய உணர்ச்சி - பாடு பொருளையே மொழி என்று கொண்ட ஒரு நினைவு அல்லது உணர்வு. கால்டுவெல் காலத்துக்குப் பின்பு மொழி என்ற ஒன்று உண்டு - பாடுபொருள் எல்லாம் மொழியாகி விடாது, பாடுபொருளை வெளிப்படுத்துவதற்கு மொழி ஒரு கருவியாக அமைகிறது என்ற ஒரு தெளிவான உணர்வு அதற்குப் பிறகுதான் தோன்றுகிறது. இந்த அடித்தளத்தைக் கொண்டுதான் பின்னால் தனித்தமிழ் இயக்கம் தோன்றுகிறது.

தனித்தமிழ் இயக்கம் தோன்றும் பொழுதுதான் பாடுபொருளும் மொழியும் வேறு என்பதை மக்கள் மனம்

சரியாகவும் தெளிவாகவும் உணர்ந்து கொள்கிறது. இங்கே தமிழ் என்பதை விளங்கிக் கொண்ட பிறகு தமிழ் உணர்ச்சி என்ற பகுதிக்குப் போகிறோம்.

தமிழ் உணர்ச்சி என்று சொல்லும்பொழுதே, அச்ச உணர்ச்சி, கோப உணர்ச்சி, அன்பு உணர்ச்சி இப்படியெல்லாம் பல உணர்ச்சிகளைப் பார்க்கிறோம். உள்ளுணர்வு, மெய்யுணர்வு இப்படிப் பல உணர்வுகளைப் பார்க்கிறோம். இங்கே தமிழ் உணர்ச்சி என்பதை எந்தப் பொருளில் ஆளுகிறோம்? 'இது நமது மொழி' - இதைக் காக்க வேண்டும் - வளர்க்க வேண்டும் - இதற்கு ஊறு நேர்ந்தால் அந்த ஊறுகளை நீக்க வேண்டும் - என்ற ஒரு வேகம் - ஒரு பற்றுணர்வு - ஒரு பிடிப்பு உணர்ச்சி. அதைக் கருதித்தான் இங்கே தமிழ் உணர்ச்சி என்ற தொடரை ஆளுகிறோம். தமிழ் உணர்ச்சி என்ற ஒரு தொடருக்கே ஒரு புதுப்பொருள் விளைந்து விடுகிறது.

இங்கே தமிழ் உணர்ச்சி என்று சொல்லும்பொழுதே அதோடு தொடர்புடைய மற்ற செய்திகளையும் நாம் பேச வேண்டிவரும். பேசுவோம்.

இந்தத் தமிழ் உணர்ச்சி எப்பொழுது தோன்றுகிறது? ஏன் தோன்றுகிறது? ஏதோ ஒரு காலத்தில் தமிழ் உணர்ச்சி இல்லாமல் போய்விட்டதா? தமிழ் உணர்ச்சி என்ற ஒன்றைப் பற்றி ஏன் நாம் பேசவேண்டும்?

தமிழ் உணர்ச்சி மங்கி மறைந்து போன காலகட்டம் ஒன்று இருந்திருக்கிறது. மங்கி மறைந்துபோன காலகட்டம் - அது எப்பொழுது? ஏறத்தாழக் கி.பி. 12ஆம் நூற்றாண்டுக்குப் பிறகு முஸ்லீம் படையெடுப்பு நேருகிறது. பல கோயில்கள் கொள்ளையடிக்கப்படுகின்றன. சைவர்கள் தங்கள் கோயில்களைக் காப்பாற்றப் பாடுபடுகிறார்கள். பக்தி இலக்கியங்களுக்கெல்லாம் சித்தாந்த சாஸ்திரங்கள் வகுக்கப்படுகின்றன. கி.பி. 14ஆம் நூற்றாண்டை ஒட்டி, இந்தச் சூழ்நிலையில் 10ஆம் நூற்றாண்டு முதல் 12ஆம் நூற்றாண்டு வரை நம்முடைய அரசர்கள் வடமொழிக்கும் வடமொழி வாணர்களுக்கும் அளித்த தனிச் சலுகைகள் மூலம் அவர்கள் கை ஓங்கி நிற்கிறது. இந்த நேரத்தில், சைவத்தைச் சார்ந்திருந்த சைவ வாணர்கள் கூடச் சில நேரங்களில், வடமொழி வாணர்களை எதிர்க்கவும் முடியாமல் அவர்களோடு ஒத்துப் போகவும் முடியாமல்

கொஞ்சம் திண்டாடிய நிலையையும் பார்க்கிறோம். அப்படிப்பட்ட ஒரு சூழலில்தான் மடங்கள் தோன்றுகின்றன. மடங்கள் வலுப் பெறுகின்றன. சைவ சித்தாந்த சாத்திரங்கள் உருப் பெறுகின்றன. சிவஞானபோதத்தை எழுதியவர் ஒரு வட மொழி வாணரல்ல. அவரைப் பற்றிப் பல கதைகள் பின்னால் வருகின்றன. இந்தச் சூழ்நிலையை நாம் மனத்தில் கொண்டு பார்க்கும்பொழுது தமிழைக் காப்பாற்றுகிற ஒரு பெரிய பொறுப்பு சைவர்கள் கையில் போய் விழுகிறது என்பதை நாம் உணருகிறோம். சைவ சமயத்தைச் சார்ந்தவர்கள் சமணர் களுடைய மேலாதிக்கத்தைத் தாங்க முடியாமல் அதை எதிர்த்துப் போராடுகிறார்கள். அதன் பிறகு படிப்படியாக வடமொழி மேலாதிக்கத்தைச் சந்திக்கிறார்கள். வடமொழிப் பண்பாட்டு மேலாதிக்கத்தைச் சந்திக்கிறார்கள். போதாக் குறைக்கு முஸ்லீம் படையெடுப்பும் வந்து சேர்கிறது. அந்த நேரத்தில்தான் - இவர்கள் நேரடியாக, இருக்கிற அரசோடும் மோத முடியவில்லை - புதிதாக வருகிற படையெடுப்பு களோடும் மோத முடியவில்லை - அப்படிப்பட்ட சூழ்நிலைகளில்தான் மடங்கள் தனியரசு நடத்துகின்றன.

இந்த மடங்களுக்கு மக்களுடைய ஆதரவு ஏராளமாகக் கிடைத்திருக்கிறது. பல விதவைகள், வாழ்விழந்தவர்கள், வாரிசு இல்லாதவர்கள், இப்படிப்பட்டவர்களெல்லாம் தங்களுடைய சொத்துகளை மடங்களுக்கு வாரி வழங்கு கிறார்கள்.

இந்த மடங்களிலிருந்த மடாதிபதிகள் எல்லாரும் தமிழர்கள்; அல்லது திராவிடர்கள்; அல்லது பார்ப்பன ரல்லாதவர்கள். இந்தச் சூழ்நிலையை மனத்தில் கொண்டு மேலும் தொடருவோம்.

ஒரு காலகட்டத்தில் சைவர்கள் சமணத்தை எதிர்த்த அந்த வேகத்தில் சைவ இலக்கியங்களைத் தவிர வேறு எந்த இலக்கியங்களும் தமிழில் இருக்கக் கூடாது என்கிற அளவுக்கு மற்ற இலக்கியங்கள் எல்லாவற்றையும் எதிர்க்கிறார்கள். அந்தக் காலகட்டத்தில்தான் "ஐந்தெழுத்தாலொரு பாடையென்று அறையவே நாணுவர் அறிவுடையோரே" என்ற பாடலை யெல்லாம் பார்க்கிறோம். சாமிநாத தேசிகர் இலக்கணக் கொத்தில் எழுதுகிற உரைப்பகுதியில் "மாணிக்கவாசகர் அறிவால் சிவனே என்பது திண்ணம்" என்று சொல்லி இப்படிப்பட்ட நூல்களைப் படிப்பதைவிட்டுச் சங்க

இலக்கியங்களையும் சிந்தாமணி, பத்துப்பாட்டு, மணிமேகலை போன்ற நூல்களையும் படித்து வாழ்நாளை வீணாளாக ஆக்காதீர்கள் - என்று அவர் தம்முடைய உரையில் எழுது கிறார். அப்பொழுது இந்த நாடு முழுவதும் சைவ இலக்கியம் மட்டுமே இருக்க வேண்டும் என்ற ஒரு வெறி அல்லது வேகம் ஏற்பட்டுள்ளது.

அப்பொழுது சங்க இலக்கியங்கள் கூடப் புறக்கணிக்கப் படுகின்றன. இந்தச் சூழ்நிலையிலே சமயம் காப்பவர்கள் வடமொழியையும் தமிழையும் குறைந்தபட்சம் சமமாகவாவது நடத்த வேண்டும் என்று விரும்புகிறார்கள். அதனால்தான் சிவஞான முனிவரே ஒரு பாடல் எழுதுகிறார். "வட மொழியைப் பாணினிக்கு வகுத்தருளி அதற்கிணையாத் தொடர்புடைய தென்மொழியை உலகமெல்லாம் தொழு தேத்தும் வகையில்" இங்கே அருளினான், சிவபெருமான் - என்று சிவஞான முனிவர் பாடுகிறார். இவர் இப்படிப் பாடும் போது குறைந்தபட்சம் வடமொழியும், தென் மொழியும் சமம் என்றாவது நினைக்க வேண்டும் என்ற அந்த விருப்பம் வெளிப்படுகிறது. ஆனால் நாளடைவில் இந்த விருப்பங்கூட நிறைவேறாமல் போகிறது. வடமொழியையும், தமிழையும் சமமாகப் பாவிக்க வேண்டும் என்ற வேட்கையும், ஆசையும் தமிழ்ப் புலவர்களுக்கும் தமிழ் வாணர்களுக்கும் மட்டுமே இருந்தது. வடமொழி மட்டுமே தெரிந்த வடமொழி வாணர்களுக்கு அந்த எண்ணம் இருந்ததாகச் சொல்ல முடியவில்லை. அதற்கு மேலே அவர்கள் குத்தலாகவும், கேலியாகவும் குடமுனியின் குதத்திலிருந்து பிறந்தது தமிழ் என்றெல்லாம் பேசி எழுதியிருக்கிறார்கள். இந்தப் போக்கை எதிர்த்துத் தமிழ்வாணர்கள் அப்போது குரல் கொடுத்திருக் கிறார்கள்.

இந்தச் சூழ்நிலை ஏற்படும்போதுதான் இது ஒரு சுயமரியாதைப் பிரச்சினை-தன்மானப் பிரச்சினை என்ற நோக்கில் இதையும் இங்கே சந்திக்க வேண்டியிருக்கிறது.

வடமொழி மேலாதிக்கம் ஓங்க ஓங்கத் தமிழ் இருக்கிற இடம் தெரியாமல் அடங்கி ஒடுங்குகிறது. இதற்குக் காரணம் அன்று இருந்த கல்விச் சூழல், அன்று எல்லாருக்கும் கல்வி வாய்ப்பு இல்லை. பள்ளிக்கூடங்கள் இருந்தன சில கோயில்களில். சில பெரிய மனிதர்கள் வீடுகளில் திண்ணைப்

பள்ளிக்கூடங்கள் இருந்திருக்கும். எல்லாருக்கும் கல்வி வாய்ப்பு என்பது இல்லை. அப்பொழுது சிறந்த நூல்களை வைத்திருந்தவர்களும் அவற்றைப் போற்றியவர்களும், கல்வி பெற்றவர்களும் உயர் குடியில் இருந்தவர்கள் மட்டுமே. இந்த நேரத்தில் சங்க இலக்கியங்கள் புறக்கணிக்கப்பட - தமிழுக்கு உள்ள தனித் தன்மைகள் எல்லாம் புறக்கணிக்கப்பட - தமிழுணர்ச்சி என்ற ஒன்று தேவைப்படுகிறது.

சிவஞான முனிவரைப் போன்றவர்கள் கூடத் தமிழையும், வடமொழியையும் சமமாகக் கருத வேண்டும் என்று வேண்டுகோள் விடுக்கிற சூழ்நிலைதான் இருக்கிறதே தவிர, உள்ளபடி சமமாகக் கருதிய நிலையை இன்று வரை நம்மால் காண முடியவில்லை.

கோயில்களில் இறைவனைப் பாடும் பொழுதும் அர்ச்சனை செய்யும் பொழுதும் ஒரு குறிப்பிட்ட இடம் தமிழுக்கு ஒதுக்கப்பட்டுவிட்டது. சமம் என்ற நிலை - இறைவன் முன்பு இந்த மொழிகள் சமம் என்ற நிலையைச் சைவர்களால் நிலைநாட்டிக் கொள்ள முடியவில்லை - எந்தச் சமயவாதியாலும் நிலைநாட்டிக்கொள்ள முடியாமல் போய்விடுகிறது.

அப்படிப்பட்ட ஒரு காலகட்டத்தில் தமிழைப் பற்றி உயர்த்திப் பேச ஓர் அணி சைவர்களிலிருந்து திரளுகிறது - சைவ சமயத்திலிருந்து அவர்கள் வடமொழி மேலாதிக்கத்தை எதிர்க்கிறார்கள். வடமொழிப் பண்பாட்டு மேலாதிக்கத்தை எதிர்க்கிறார்கள். வடமொழி வாணர்களுடைய மேலாதிக்கத்தை எதிர்க்கிறார்கள். இந்த எதிர்ப்பினுடைய ஒரு தலை சிறந்த அறிகுறி போலத்தான் மறைமலையடிகள் தோன்று கிறார். படிப்படியாக வளர்ந்து வந்த ஒன்று குறிப்பிட்ட கால கட்டத்தில் சிகரம் வைத்தாற்போல் மறைமலை அடிகள் உருவில் வெளிப்படுகிறது. இது அந்தக் காலகட்டத்தின் கட்டாயம் - கட்டாயத் தேவை.

மறைமலையடிகள் தம்முடைய வாழ்நாள் முழுவதும் சமய மறுமலர்ச்சிக்காகவும், தமிழ் வளர்ச்சிக்காகவும், சீர்திருத்தங்களுக்காகவும் பாடுபட்டவர். மறைமலையடிகள் என்று சொன்ன உடனேயே நம் எல்லாருக்கும் தனித் தமிழ் ஒன்றுதான் நம் மனத்தில் மேலெழுந்து நிற்கிறது. ஆனால் அவர் வாழ்ந்த காலத்தில் அவர் ஓர் இயக்கம் போலவே

செயல்பட்டிருக்கிறார். சாதி ஒழிப்புக்காகப் பாடுபடுகிறார் - விதவைத் திருமணத்தை ஆதரித்து எழுதுகிறார் - அவருக்குப் பிறகுகூடப் பலர் எண்ணிப் பாராத பல கடுமையான சீர்திருத்தங்களைப் பற்றி அவர் சிந்தித்திருக்கிறார். உயர்வு தாழ்வு பாராமல் மாணவர்களை ஏற்றுக்கொண்டு அவர் களுக்குச் சொல்லிக் கொடுத்து அவர்களை ஆளாக்கி, உருவாக்கிப் பார்த்து மகிழ்ந்திருக்கிறார். இப்படிப்பட்ட பணிகளோடு ஒரு சாதாரணப் பணிதான் தனித்தமிழியக்கம். மற்ற பணிகள் அவர் வாழ்ந்த காலத்தில் அவரை மிகப் பெரிய மனிதராக உயர்த்தி நிறுத்தியிருக்கிறது. அவற்றையும் சேர்த்துப் பார்க்கும் பொழுதுதான் தனித் தமிழியக்கத்துக்குச் செல் வாக்கு ஏற்பட்ட காரணம் நமக்கு விளங்கும். இந்தத் தனித் தமிழியக்கத்திற்கு, நானும் கூடத் தொடக்கத்தில் நினைத்துக் கொண்டிருந்தேன். திராவிடர் கழகத்துக்குப் பிறகுதான் இதற்கு இந்த அளவுக்கு மரியாதை வந்தது என்று. ஆனால் அதற்கு வேண்டிய மூலகாரணம் சைவ மடங்கள், சைவசமய வளர்ச்சி - இவற்றோடு பின்னிப் பிணைந்து கிடக்கிறது.

இந்தத் தமிழ் உணர்ச்சி எழுவதற்குச் சமயம் ஒருபக்கம் பின்னணியாக இருந்திருக்கிறது. மறைமலையடிகள் சமய உலகில் கூடப் பல மறுமலர்ச்சித் திட்டங்களைப் பற்றிச் சிந்திக்கிறார் - பேசுகிறார் - எழுதுகிறார். அவரைப் பொறுத்த வரை கடவுளுக்கு அவதாரங்கள் உண்டு என்பது ஒப்புக் கொள்ளத்தக்கது அல்ல. கடவுள் அவதாரம் எடுப்பதாக அவர் ஏற்றுக் கொள்வதில்லை. இப்படிப்பட்ட சில புதிய கருத்து களையும் - இன்னும் புராணங்களுக்குப் புதிய விளக்கங் களையும் அவர் தந்தார். சில புராணங்களை வேண்டாம் என்று வெறுக்கிறார்.இறைவன் வடிவங்களுக்கெல்லாம் புதிய விளக்கங்கள் காண முயலுகிறார். அவையெல்லாம் சமயவாதி களிடையே, பழமைப் பிடிப்பு உள்ளவர்களிடையே எதிர்ப் பையும், கசப்பையும் உண்டாக்கியது. மறைமலையடிகளுக்கு ஒரு பக்கம் பழமைவாதிகளிடமிருந்து எதிர்ப்பு - இன்னொரு பக்கம், ஒரு காலகட்டத்தில் சுயமரியாதைக்காரர்களோடும் அவர் போராட வேண்டியிருந்தது. சுயமரியாதை இயக்கத் துக்கும் அவருக்கும் உள்ள நட்பு உணர்ச்சியும் தொடர்பும் நமக்குத் தெரியும்.

சில காலகட்டங்களில் சுயமரியாதை இயக்கத்தோடு அவர் போராடவும் நேர்ந்திருக்கிறது. அதற்குக் காரணம்

அவருடைய பின்னணி வேறு. அவர் சமயப் பின்னணியில் இருந்து வந்தவர். மறைமலையடிகளும் தந்தை பெரியார் அவர்களும் கரந்தையில் முதன் முதலாகச் சந்திக்கிறார்கள். 1925க்குச் சற்று முன்பின் கரந்தைத் தமிழ்ச் சங்கத்தில் ஒரு கூட்டத்தில் மறைமலையடிகள் பேசும்பொழுது அந்தப் பேச்சைக் கேட்கத் தந்தை பெரியார் அவர்கள் அங்கே சென்றிருந்தார்கள். மறைமலையடிகளாருடைய மகனார் மறைதிருநாவுக்கரசு அவர்கள் தந்தை பெரியாரை எப்படி யாவது மறைமலை அடிகளுக்கு அறிமுகப்படுத்த வேண்டு மென்று விரும்புகிறார். தந்தை பெரியார் சென்னைக்கு வரும் பொழுதெல்லாம் திரு.வி.க. அவர்களைச் சந்திப்பார். திரு.வி.க. வீட்டில் தங்குவார். திரு.வி.க. அடிக்கடி மறைமலையடிகளைப் பற்றி அவரிடம் எடுத்துக் கூறியிருக்கிறார். இந்தத் தொடர்பின் காரணமாகப் பெரியாருக்கு இவருடைய பேச்சைக் கேட்க வேண்டும் - இவரோடு தொடர்பு கொள்ள வேண்டும் என்றெல்லாம் விருப்பம் இருந்திருக்கிறது.

அப்பொழுது மறைதிருநாவுக்கரசு அவர்கள் பெரியார் அவர்கள் இருந்த இடத்துக்கு மறைமலையடிகளாரை அழைத்து வந்து இருவரையும் அறிமுகப்படுத்துகிறார். அப்பொழுது பெரியார் வணக்கம் சொல்லிவிட்டுப் பேசாமல் நின்றுகொண்டிருந்தார். மறைமலையடிகளார் மட்டும் சில நிமிடங்கள் பேசுகிறார். "அவர் ரொம்பப் பெரியவர். அவரிடம் நான் பேச என்ன இருக்கிறது" என்று பெரியார் அவர்கள் அந்த உரையாடலை அத்தோடு முடிக்கிறார். இவ்வளவு தூரம் மறைமலையடிகள் மேல் பெரியாருக்கு மரியாதை இருக்கிறது. தொடர்ந்து இறுதிக் காலம்வரை அந்த மரியாதை தொடர்கிறது. ஆனால் சுயமரியாதை இயக்கத் துக்கும் மறைமலையடிகளாருக்கும் போராட்டம் நடந்த ஒரு காலகட்டம் - அதை இங்கே குறிப்பிடுவது தகும் என்று கருதுகிறேன். இராயப்பேட்டையில் பாலசுப்பிரமணிய பக்தஜனசபை - இது இப்போதும் இருக்கிறது - இதில் மறைமலையடிகளார் நிகழ்த்திய உரையின் பொழுது சில போராட்டங்கள் நேர்ந்தன. இலக்கியங்களைப் பற்றிய, சமயங்களைப் பற்றிய அவருடைய கருத்துக்கும் சுயமரியாதை இயக்க வீரர்கள் கருத்துக்கும் பல முரண்பாடுகள். அந்த நேரத்தில் மறைமலையடிகள் மிகக் கடுமையாகச் சில சொற்களைக் கையாண்டார். சமயத்தைப் பற்றி இப்பொழுது திறனாய்வு செய்பவர்களெல்லாம் ஓர் இஸ்லாம் மதத்தைப் பற்றிப் பேசினால் - ஒரு கிறிஸ்துவ மதத்தைப் பற்றிப் பேசினால் குடலைப்பிடுங்கி மாலையாகப் போட்டுக்

கொள்ளுவார்கள் இல்லையா? சைவ சமயம், வைணவ சமயம் என்றால் வேண்டிய முறையிலெல்லாம் நினைத்தபடி இவர்கள் விமர்சிக்கிறார்கள் - என்று மிகக் கடுமையாகத் தாக்கிப் பேசினார்.

அப்பொழுது திராவிடன் இதழிலும் வேறு சில சுய மரியாதை இயக்க இதழ்களிலும் மறைமலையடிகளைப் பற்றியும் கடுமையாக விமர்சித்துச் செய்திகள் வெளிவந்தன. இவர் குடலைப்பிடுங்கி மாலையாகப் போட்டுக் கொள்ளச் சொல்கிறாரா?-என்று தலையங்கம் தீட்டினார்கள். தொடர்ந்து ஓரிரு மாதங்கள் போராட்டம் நடந்தது. ஆனால் தந்தை பெரியார் அவர்கள் இதில் கொஞ்சங்கூடப் பங்கு பெறவே இல்லை - சந்திக்கவில்லை. ஒரு நேரத்துக்குப் பிறகு தம்முடைய தொண்டர்களைக் கண்டிப்பாக இதைப்பற்றித் தொடர்ந்து நீங்கள் ஒன்றும் எழுதக்கூடாது என்று கட்டளை இட்டுவிட்டு அவரே மறைமலையடிகளாருக்கு நடந்தவற்றுக்கெல்லாம் நான் வருத்தம் தெரிவிக்கிறேன் என்று எழுதுகிறார். மறை மலையடிகளாருக்கு வேறு கருத்து இருந்தால் அது வேறு செய்தி. அவருக்குத் தனி உரிமை உண்டு. ஆனால் அவரை இப்படித் தொடர்ந்து வம்புக்கு இழுக்க நமக்கு உரிமை இல்லை. அவருக்கு உரிய மரியாதையை நாம் தரவேண்டும் என்று கண்டித்தார்.

இதைப் போலவே இன்னொரு நிகழ்ச்சி - பாரதி தாசனைப் பற்றியது அது. பாரதிதாசன் 1960 வாக்கில் திராவிடர் கழகம் காங்கிரஸ் இயக்கத்தைத் தொடர்ந்து தேர்தலில் ஆதரித்து வந்தபோது 'கூலித் தொண்டு கூடாது' என்று ஒரு கட்டுரை எழுதினார். குயில் என்ற இதழில் கூலித்தொண்டு கூடாது - காங்கிரஸ் இயக்கத்தை இவர் தொடர்ந்து ஆதரிப்பது தவறு என்று மிகக் கடுமையாக எழுதினார். அப்பொழுதும் சுயமரியாதை இயக்கத் தொண்டர்கள் அந்தப் பத்திரிகையை எடுத்துக்கொண்டு போய்ப் பெரியார் மாளிகையில் - திருச்சியில் பெரியாரைப் பார்க்கிறார்கள். அப்பொழுது பெரியார் "பாவேந்தர் எழுதியதைத்தானே கொண்டு வந்திருக்கிறீர்கள்! இதை நான் முன்பே பார்த்துவிட்டேன். அவரும் நாடறிந்த பெரிய மனிதர். அவர் மனத்தில் பட்டதை எழுதியிருக்கிறார். இதைப்பற்றி யாரும் ஒரு வார்த்தை பேசக்கூடாது. பேசாமல் விட்டு விட்டுப் போங்கள்" என்று சொல்லி அத்தோடு அதை முடித்து விட்டார். அவர் வாழ்நாள் முழுதும் சில நெறிகளைக் கடுமையாகப் பின்பற்றி வந்தவர்.

இனி நான் பழைய நிகழ்ச்சிக்கு மீண்டும் செல்கிறேன். ஒரு பக்கம் சமயம் சார்ந்த தமிழுணர்ச்சியைப் பார்க்கிறோம். அந்தச் சமயஞ் சார்ந்த தமிழுணர்ச்சிக்கு முழுக்க முழுக்கத் தலைமையேற்றிருப்பவர் மறைமலையடிகள். இந்தச் சமயஞ் சார்ந்த தமிழுணர்ச்சியில் வடமொழி மேலாதிக்கத்தையும் வடமொழிப் பண்பாட்டு மேலாதிக்கத்தையும் எதிர்த்த சூழலால் தமிழுணர்ச்சி தோன்றுவது ஒரு பக்கம். அதே சமயத்தில் சமுதாய அடிப்படையிலும் அரசியல் அடிப்படை யிலும் ஒரு மொழியுணர்ச்சி தேவைப்பட்டது. அந்த மொழியுணர்ச்சியும் மறைமலையடிகளார் மூலம் தோன்றிய இந்தத் தமிழுணர்ச்சியும் ஒன்றையொன்று சந்திக்கின்றன. அப்பொழுது அந்த இரண்டும் இணைகின்றன. இவற்றோடு கூட நான் இங்கே குறிப்பிட வேண்டிய இன்னொரு சார்பு. தேசியச் சார்பு தேசிய எழுச்சி சார்பாகத் தோன்றிய தமிழுணர்ச்சியையும் இங்கே குறிப்பிட வேண்டும்.

1857 வாக்கில் கால்டுவெல் பெருமகனார் திராவிட மொழி ஒப்பிலக்கணத்தை எழுதிய பிறகு மொழி உணர்ச்சி என்ற ஒன்று தோன்றிற்று என்று குறிப்பிட்டேன். அதைப் பற்றி இன்னும் விரிவாகப் பார்ப்போம். அதனோடு சுதந்திரப் போராட்டத்தின் மூலம் ஏற்பட்ட இந்தத் தேசிய எழுச்சி ஒரு பக்கம் மொழி உணர்ச்சியையும் எழுப்பிற்று. தேசிய எழுச்சி ஏற்படும்போது ஒவ்வொரு மாநிலத்திலும் உள்ள ஒவ்வொரு மொழிக்காரர்களும் தங்களுடைய மொழியைப் பற்றிச் சிந்திக்கத் தொடங்கும்பொழுது தமிழ்நாட்டிலிருந்து தேசியவாதிகள் தங்கள் தாய்மொழியைப் பற்றிச் சிந்திக்கத் தொடங்குகிறார்கள். அந்த வகையில் தேசிய எழுச்சியை அடிப்படையாகக் கொண்டும் இங்கே ஒரு தமிழுணர்ச்சி தோன்றியது. அந்தத் தமிழுணர்ச்சியின் சார்பாகத்தான் நாம் வ.உ.சி. போன்றவர்களை, திரு.வி.க. போன்றவர்களை, பாரதியார் போன்றவர்களையெல்லாம் சந்திக்கிறோம். இந்த மூன்று வகை அடிப்படையில் முதலாவது சமய அடிப்படை யில் பிறந்தது. இரண்டாவது சமுதாய அடிப்படையில் பிறந்தது. மூன்றாவது தேசிய எழுச்சி அடிப்படையில் பிறந்தது.

இந்த மூன்று தமிழுணர்ச்சிகளில் நாம் மிக விரிவாகப் பேச வேண்டிய ஒரு பகுதி சமுதாய அடிப்படையில் தோன்றிய தமிழுணர்ச்சி. சமய அடிப்படையில் தோன்றிய தமிழ் உணர்ச்சியைப் பற்றி ஓரளவுக்குப் பார்த்தோம். தேசிய

உணர்ச்சியின் அடிப்படையில் ஏற்பட்ட தமிழ் உணர்ச்சியைப் பற்றி மறைந்த திருவாளர் திரவியம் அவர்கள் "தேசியம் வளர்த்த தமிழ்" என்ற நூலில் மிக விரிவாக எழுதியிருக்கிறார். அதைப் பற்றி நான் இங்கே விளக்கிப் பேச வேண்டிய தேவையில்லை. மூன்றாவது ஒன்று, அதைத்தான் நான் இங்கே விரிவாகப் பேச நினைக்கிறேன். அது சமுதாயஞ் சார்ந்த தமிழுணர்ச்சி என்பது.

சமுதாயஞ் சார்ந்த தமிழ் உணர்ச்சி என்று சொல்லும் பொழுதே, மற்ற உணர்ச்சியெல்லாம் சமுதாயம் சாராததா என்று கேட்கத் தோன்றலாம். பெரும்பான்மை மக்களுக்கு தமிழ் எந்த அளவுக்குப் பயன்பட வேண்டும், தமிழ் உணர்ச்சி எந்த அளவுக்கு வளரவேண்டும் என்பதைப் பற்றியெல்லாம் அக்கறை காட்டியவர்கள் சுயமரியாதை இயக்கத்தவர்கள்- திராவிட இயக்கத்தவர்கள் - தி.மு.க.- அ.தி.மு.க. இப்படிப்பட்ட இயக்கத்தவர்கள். இவர்களுடைய பணிகளைப் பற்றி இங்கே நாம் பேச வேண்டியிருக்கிறது.

இதைத் தொடங்கும் முன்பே கட்டாயமாகச் சொல்லித் தீரவேண்டிய ஒன்று வகுப்புவாரி உரிமை. ஏன் அதைப்பற்றி பேச வேண்டும்? வகுப்பு வாரி உரிமையைப்பற்றி ஏன் பேச வேண்டும்? நான் முன்பே குறிப்பாகச் சொன்னேன். கல்வி சிலருக்கு மட்டும் வழங்கப்பட்டிருந்தது என்று. கல்வி வாய்ப்பு பலருக்கு மறுக்கப்பட்டிருந்த நேரம். தமிழ் என்ற மொழி - இது ஒரு மொழியென்றே மக்களுக்குத் தெரியாது. குறப் பேச்சு அரைப்பேச்சு என்று சொல்வோம். குறப்பேச்சு என்றால் குறவர் மொழி. மொழிக்குப் பதில் பேச்சு. நமக்குப் பேச்சும் மொழியும் ஒன்றுதான். அப்படி மக்கள் நினைத்துக் கொண்டிருந்த காலம். ஏடுகளைத் தப்பித்தவறிக்கையில் எடுத்தால்கூட இதில் ஏதாவது மந்திரம் இருக்கும் என்று நினைத்து அந்த ஏடுகளைக் குளத்திலும் ஆற்றிலும் வீசி எறிந்த காலம். அப்படியானால் நம்முடைய தமிழ் மக்களுக்கு எந்த அளவுக்குக் கல்வியும் விழிப்புணர்ச்சியும் இருந்திருக்கிறது என்பதை எண்ணிப் பார்க்க வேண்டும். முதலாவதாக இவர்களுக்குக் கல்வி வேண்டும் - இவர்களுக்கும் எழுதப் படிக்கத் தெரிய வேண்டும். அந்த வாய்ப்பை உருவாக்குவது முதல் வேலையாக ஆனது. தமிழ்மொழி மக்கள் மயமாக வேண்டும் என்ற முயற்சி முதல் வேலை. சங்க இலக்கியமும் தேவார திருவாசகமும் ஒரு சிலர் கையில் மேல்மட்டத்தில்

மேட்டுக்குடிவாசிகள் கையில் மட்டும் இருந்துவிட்டால், அந்தத் தமிழ் வளர்ந்துவிட்டால் அது 'தமிழ் வளர்ச்சி' ஆகிவிடாது. இதை நிரூபிப்பது போல வேறு சில செய்திகளை நாளை, நாளை மறுநாள் நாம் பேசவிருக்கிறோம். இலக்கியங்களில் இருந்த பாடுபொருள்களில் மிகப் பெரிய மாற்றத்தையும் திருப்பத்தையும் உண்டாக்கியது இந்த நூற்றாண்டில் திராவிட இயக்கம் - சுயமரியாதை இயக்கம். பாடுபொருளில் - இலக்கியத்தில் உள்ள எழுதுபொருளில் மாற்றத்தை உண்டாக்கியவர்கள், இந்த இயக்கத்தவர்கள். சமுதாயத்தைப் பற்றிய சிந்தனை, பகுத்தறிவு வாதத்தைப் பற்றிய சிந்தனை, சமதர்மத்தைப் பற்றிய சிந்தனை இவற்றைப் பற்றியெல்லாம் பேசி ஒரு எழுச்சியை உண்டாக்கியவர்கள். இலக்கிய உலகில் இலக்கியப் பாதையில் திருப்பத்தை உண்டாக்கியவர்கள் இவர்கள். தமிழ் முதன் முதலாக மக்கள் மயமானது இவர்கள் முயற்சியால்தான் என்று சொன்னால் தவறாகாது.

இந்த வகுப்புவாரி உரிமை என்பது எல்லோருக்கும் உரிமை வேண்டும் என்பது. முதலாவதாக வகுப்பு வாரி உரிமை என்று சொல்லும்போதே திராவிடர் - திராவிடர் அல்லாதவர், அல்லது பார்ப்பனர் - பார்ப்பனரல்லாதவர் என்ற சொற்களைத் தவிர்க்க முடியாமல் நான் கையாள வேண்டிவரும். இதிலும் யாரையும் புண்படுத்துவதற்காக இந்தச் சொற்களை நான் கையாளவில்லை. பார்ப்பனர் என்பது மிகச் சாதாரண வழக்காக இருந்த ஒன்றுதான். சங்ககாலத்தில் - சங்க இலக்கியங்களில், அதில் ஏதாவது குறிப்புப் பொருளோ அல்லது உணர்ச்சியைப் பாதிக்கிற அளவுக்கு ஏதாவது பொருட் கூறுகளோ இருந்தால் அவற்றை நீக்கிவிட்டுக் கேட்டுக் கொள்ளுங்கள். இந்தப் பார்ப்பன எதிர்ப்புணர்ச்சி என்பது முதன் முதல் தமிழ்நாட்டில் தோன்றவில்லை. மகாராஷ்டிரத்தில்தான் முதன்முதலாக இந்த உணர்ச்சி தோன்றுகிறது. அங்கே தீண்டப்படாதவர்களுக்குத் தனியே பள்ளியொன்று நிறுவப்படுகிறது. பெண்களுக்குத் தனியே ஒரு பாடசாலை நிறுவப்படுகிறது. தொடக்கத்தில் அங்கேதான் இந்தப் பார்ப்பன எதிர்ப்பு உணர்ச்சி தோன்று கிறது.

கேரளாவில் நாராயணகுரு அவர்கள் பார்ப்பன எதிர்ப்புக்கு விதை தூவுகிறார். இதற்கெல்லாம் காரணம்

என்ன? கொஞ்சம் அமைதியாக நாம் சிந்தித்துப் பார்க்க வேண்டும். ஒரு மாநிலத்தில் பார்ப்பன எதிர்ப்பு என்றால் அதுவேறு செய்தி. பல இடங்களில் பார்ப்பன எதிர்ப்பு என்று ஒன்று வருவதற்குக் காரணம் என்ன? இதை நன்றாக எண்ணிப் பார்த்தால் பல இடங்களிலும் பார்ப்பன மேலாதிக்கம் அல்லது மேலாண்மை என்பது ஒன்று இருந்திருக்கிறது. அது ஒரு காரணம். இங்கே வகுப்பு வாரி உரிமை பேச வேண்டும் என்ற அளவுக்கு ஒரு நிர்ப்பந்தத்தை அது உண்டாக்கி யிருக்கிறது. 1921இல் முதன் முதலாகக் கல்வி வாய்ப்புக்கு வகுப்புரிமை ஆணைகளை யெல்லாம் பனகல் அரசர்தான் இங்கே பிறப்பிக்கிறார். அதற்கு முன்பு கல்வி வாய்ப்பு, வேலை வாய்ப்பு முதலியவற்றைப் பற்றியெல்லாம் இங்கே எண்ணிப் பார்க்கக்கூடத் திராவிடர்கள் இல்லை என்று சொல்லலாம். பனகல் அரசர் முதலில் இந்த ஆணைகளைப் பிறப்பிக்கிறார். 15-8-1922இல் ஒரு வகுப்புரிமை ஆணை பிறப்பிக்கப்படுகிறது. இந்த ஆணைகளின் மூலந்தான் பழங்குடிகளுக்கும் பிற்பட்டோருக்கும் வேலை வாய்ப்பும் ஓரளவுக்குக் கல்வியும் வருகின்றன. அதோடு 1912இல் சென்னை ஐக்கிய சங்கம் என்றொரு சங்கத்தை டாக்டர் நடேச முதலியார் அவர்கள் தோற்றுவிக்கிறார். அந்தச் சங்கம் பார்ப்பனர்களுடைய மேலாதிக்கத்தை எதிர்க்கிறது. அதற்குப் பிறகு 1913இல் சென்னை ஐக்கிய சங்கம் சென்னை திராவிடர் சங்கம் என்று பெயர் மாற்றம் பெறுகிறது. அதன்பிறகு 1914இல் தென்னிந்திய நலவுரிமைச் சங்கம் விரிந்த அளவில் வலுவான முறையில் தோன்றுகிறது. மேலே குறிப்பிட்ட சங்கங்களிலிருந்து பிறந்ததுதான் இந்தச் சங்கமும். அந்தச் சங்கத்தில்தான் முதன் முதலில் தியாகராயர் அவர்கள் நான் - பிராமின் மேனிஃபெஸ்டோ என்று அறிக்கையைக் கொடுக்கிறார். அந்த அறிக்கை ஒரு பெரிய வீர முழக்கமாக, ஒரு பீரங்கி முழக்கமாக ஆகிப் பிற்காலத்தில் வரலாற்றிலேயே திருப்பங்களை விளைவிக்கிறது. இந்த வகுப்புரிமையைப் பற்றிய சிந்தனை படிப்படியாக இப்படியே வளர்ந்து வந்து திராவிடர்களுக்கு 50 விழுக்காடு உரிமை வேண்டுமென்று கேட்கிற அளவுக்குப் போய் இருக்கிறது - குறைந்தது 50 விழுக்காடு - பார்ப்பனரல் லாதவர்க்கு.

ராஜகோபாலாச்சாரி அவர்கள் தந்தை பெரியார் அவர்களைக் காங்கிரசில் சேர்ந்து பணியாற்றுமாறு திரும்பத்

திரும்ப வேண்டும்பொழுதெல்லாம் இவர் 50 விழுக்காடு பார்ப்பனரல்லாதவர்களுக்குப் பதவிகளிலும், உத்தியோகங்களிலும் இரண்டையும் வேறுபடுத்திக் கொள்ளுகிறார். பதவி என்பது அரசு நேரடியே நியமிப்பதால் கிடைப்பது. உத்தியோகம் என்பது தேர்வுகள் முதலானவை எழுதிப் பெறுகின்ற உத்தியோகங்கள் - இவற்றில் 50 விழுக்காடு பார்ப்பனரல்லாதவர்களுக்குத் தருவது உறுதியானால் நான் காங்கிரசில் சேர்ந்து பணியாற்றுகிறேன் என்கிறார். அதற்கு அவர் இணக்கம் தெரிவித்து விடுகிறார். ஆனால் அது நடைமுறைக்கு வராமல் தடுக்கப்படுகிறது.

வகுப்புரிமைத் தீர்மானங்கள் தொடர்ந்து தோற்கடிக்கப் படுகின்றன. 1919, 1920, 1921, 1922, 1923, 1924 ஆகிய எல்லா ஆண்டுகளிலும் காங்கிரசு மாநாடுகளில் இந்த வகுப்புரிமைத் தீர்மானங்கள் தொடர்ந்து தோற்கடிக்கப்பட்டன. அதன் பிறகு, தந்தை பெரியார் அவர்கள் இனிக் காங்கிரசில் எனக்கு வேலை இல்லை என்று கூறி வெளியேறுகிறார். அவர் இப்படி வெளியேறியதற்குக் காரணம் என்ன? இங்கும் அவர் ஒரு மேலாதிக்கத்தை எதிர்த்தது, மேலாண்மையை எதிர்த்தது. அப்பொழுது - அதற்குப் பிறகு சுயமரியாதை இயக்கம் தோன்றுகிறது. இங்கே பிறக்கிற தமிழ் உணர்ச்சியினுடைய தன்மை வேறு விதமாக இருக்கிறது. இதற்கு முன்பு பார்த்த தமிழ் உணர்ச்சியினுடைய தன்மைக்கும் இவருக்குப் பிறகு ஏற்படுகின்ற தமிழ் உணர்ச்சியினுடைய தன்மைக்கும் மிகக் கடுமையான வேறுபாடு ஏற்படுகிறது.

1938இல் எதிர்ப்புப் போராட்டம் நடக்கிறது. அதைத் தந்தை பெரியார் அவர்கள் நடத்தி வைக்கிறார். அப்பொழுது மறைமலை அடிகளாரை அழைத்து அவருடைய தலைமையில் ஒரு மாநாடு நடத்துகிறார்கள். இவர்கள் இருவருக்கும் அங்கே இருக்கின்ற கருத்து ஒற்றுமை தமிழ் மேலாதிக்கத்தைத் தமிழ்நாட்டில் உருவாக்கல் - இந்தி மேலாதிக்கத்தை எதிர்த்தல் அவ்வளவுதானே தவிர மற்ற வகையில் உடன்பாடுகள் இல்லை.

தமிழ் உணர்ச்சி என்பதால் சமயஞ்சார்ந்த தமிழ் உணர்ச்சியும் சமுதாயஞ்சார்ந்த தமிழ் உணர்ச்சியும் அங்கே சந்திக்கின்றன. அந்த இந்தி எதிர்ப்புப் போராட்டத்தில், இந்தச் சூழ்நிலையில் தமிழ் அறிந்தவர்களும் தமிழ்ப் புலவர்களும் பெரியாருடைய இயக்கத்தை - சுயமரியாதை இயக்கத்தைக் கூர்ந்து கவனிக்கிறார்கள். தங்களுக்கு அவற்றோடு சார்பு

உண்டு என்பதைக் காட்டிக் கொள்ளுகிறார்கள். அதனால் சில நேரங்களில் தொல்லை ஏற்பட்டாலுங்கூட அவற்றைத் தாங்கிக் கொள்ளுகிறார்கள். அந்தச் சூழ்நிலையில்தான் டாக்டர் அ. சிதம்பரநாதன் செட்டியார், டாக்டர். ச. சோ. பாரதியார் போன்றவர்களெல்லாம் தம்மைத் திடமாக இந்த இயக்கத்தோடு தொடர்பு உள்ளவர்கள் என்று காட்டிக் கொண்டார்கள்.

மறைமலையடிகளார் 1910 வாக்கில் வேலையை இழக்கிறார். கிறித்துவக்கல்லூரியில் பணியாற்றிக் கொண்டிருந்தவர் வேலையை இழக்கிறார். காரணம் - தமிழ் விருப்பப் பாடமாக இருக்கலாம் என்று ஒரு விதி வருகிறது அப்பொழுது. அதற்கு முன்பு கட்டாயப்பாடமாக இருந்தது. அந்தக் காலகட்டத்தில் விருப்பப் பாடமாக ஆனது. விருப்பப் பாடம் என்ற நிலையில் பல தமிழாசிரியர்கள் வேலை இழந்தனர். அதில் மறைமலையடிகளும் ஒருவர். வேலையிழந்த பிறகு அவர் முழு மூச்சாகத் தமிழ் வளர்ச்சி, வடமொழி மேலாதிக்க எதிர்ப்பு, சமய மறுமலர்ச்சி, சாதி ஒழிப்பு முதலான சமுதாயச் சீர்திருத்தம் - இவற்றில் முழுமையாகத் தன்னை ஈடுபடுத்திக் கொள்ளுகிறார். இந்தியா முழுதும் அவர் பயணம் செய்கிறார். இலங்கைக்குப் பயணம் செய்கிறார். புதிய சீர்திருத்தக் கருத்துகளுக்கெல்லாம் தலைசிறந்த முக்கியத்துவம் கொடுத்து எங்கும் பேசுகிறார். அப்பொழுது புலவர்கள் சார்பில் இவருக்கு ஒரு தனி மரியாதை ஏற்படுகிறது. இவருக்கும் தந்தை பெரியாருக்கும் ஏற்பட்ட உறவும் தொடர்பும் தமிழ்ப் புலவர்கள் மத்தியில் மேலும் ஒரு பிணைப்பை உண்டாக்குகிறது. தந்தை பெரியார் அவர்கள் இலக்கியத்தை மிகக் கடுமையாக விமர்சனம் செய்தவர்; எதிர்த்தவர் என்று கூடச் சொல்லுவார்கள். அப்படி எதிர்த்ததற்கெல்லாம் காரணம் என்ன? அதையும் இப்போது விளங்கிக்கொண்டு மேலே செல்வது பொருத்தமாக இருக்கும். பெரியார் வடமொழி மேலாண்மையையும் பார்ப்பன மேலாண்மையையும் எதிர்த்தவர். அப்படி எதிர்த்ததற்குக் காரணம் மனித சமத்துவத்திற்கு இவை இரண்டும் எதிராக இருக்கின்றன என்பதே.

வேதங்களும் புராணங்களும் மக்களை நால்வகையாகப் பிரித்து வைத்திருக்கின்றன. அந்த நால்வகையிலும்கூட நடைமுறையில் இரண்டுதான். பார்ப்பனர்கள், சூத்திரர்கள்

அவ்வளவுதான். நாம் நம்மை நினைத்துக்கொண்டிருக்கிறோம். நம்மைச் சூத்திரர் என்று சொல்லவில்லை - நாமெல்லாம் உயர்ந்த சாதி - நாமெல்லாம் உயர்ந்த சாதியென்று ஒவ்வொரு வரும் நினைத்துக் கொண்டிருக்கிறோமே தவிர நடை முறையில் பார்ப்பனரைத் தவிர மீதி எல்லாரும் சூத்திரர்கள். அதனால்தான் அப்பொழுது சில கடைகளில் பிராமணர்கள் சாப்பிடும் இடம் - இதராள்கள் சாப்பிடும் இடம் என்று போட்டார்கள். பிராமணர்களைத் தவிர மற்றவர்களெல்லாரும் இதராள்கள். இந்த மேலாண்மையை - மேலாதிக்கத்தைத் தாங்கிக் கொள்ள முடியாமல்தான் அவர் ஒவ்வொன்றாக எதிர்க்கிறார். இந்த மேலாதிக்கத்தினுடைய ஆணிவேர் - மூலவேர் கடவுளில் இருக்கிறது - வேதத்தில் இருக்கிறது - என்றெல்லாம் வரும்போது வேதத்தையும் எதிர்க்கிறார். கடவுளையும் எதிர்க்கிறார். இல்லையென்றால் கடவுளுக்கும் அவருக்கும் தனிப்பட்ட விரோதம் ஒன்றுமில்லை.

இந்த முறையில் அவருடைய சிந்தனையும், பேச்சும், செயலும் அமைகின்றன. தமிழிலக்கியத்தைப் பற்றி மிகக் கடுமையாகப் பேசும் பொழுதெல்லாம் சில தமிழ்ப் புலவர்களுக்குக் கோபம் வரும். ஒரு தமிழ்ப் புலவர் அவர் வீட்டில் சாப்பிட்ட பாலை வாந்தி எடுத்து விட்டுப் போய் விட்டார். 'உன் வீட்டில் போய்ப் பால் சாப்பிட்டேனே, தெரியாத்தனமாக' என்று அந்தத் தமிழ்ப் புலவர் கையை வாயில் விட்டு வாந்தி எடுத்து விட்டுப் போய்விட்டார். அந்த அளவுக்குப் பெரியார் தமிழ் இலக்கியங்களைக் கடுமையாக விமரிசித்தார். விமரிசித்ததற்குக் காரணம் இந்த இலக்கியங்கள் தான் நம்மை எல்லாரையும் மூளைச் சலவை செய்து வைத்திருக்கிறது என்பதுதான். நாம் படித்த இலக்கியங்கள் - படித்த கதைகள் நம்முடைய பழக்க வழக்கங்கள் இவ்வளவும் வடமொழி மேலானது - பார்ப்பனர்கள் மேலானவர்கள் - நாமெல்லாம் தாழ்ந்தவர்கள் என்ற ஓர் எண்ணத்தை நம்முடைய மூளையில் ஆழமாகப் பதிய வைத்திருக்கின்றன. இவற்றிலிருந்து எப்படி மக்களை மீட்பது? அந்த இலக்கியங்களைச் சாடாமல், அந்த இலக்கியங்களைத் தாக்காமல் எப்படி மக்களை மீட்க முடியும்? அதனால் தாக்க வேண்டிய நிர்ப்பந்தம் வருகிறது. அவர் தாக்குகிறார்.

அதே நேரத்தில் இன்னொன்றை நாம் எண்ணிப் பார்க்க வேண்டும். திருக்குறளுக்கு யாருந் தராத ஒரு முக்கியத் துவத்தைப் பெரியார் கொடுத்தார். திராவிடர்களுக்கு இதுவே வேதம் - இதுவே ஒழுக்க நூல் - இதைத்தான் நீங்கள் படிக்க வேண்டும் - என்று இதற்குத் தர வேண்டிய விளம்பரங் களெல்லாம் தந்து இதற்குத் தனியே ஒரு மாநாடு கூட்டினார். அவரைப் பின்பற்றிய பல தொண்டர்கள் திருக்குறளைத் திருக்குறள் 40, திருக்குறள் 60 என்று பொறுக்கி எடுத்து 40 திருக்குறளை, 60 திருக்குறளை அச்சிட்டு ஊர் ஊராகத் தலையில் சுமந்துகொண்டு போய் விற்றுத் தமிழகமெங்கும் அறிமுகப்படுத்திப் பரப்பினார்கள். திருக்குறளுக்கு அப்படி மிகப்பெரிய விளம்பரமும் மிகப் பெரிய நல்வாழ்வும் தேடிக் கொடுத்தவர் தந்தை பெரியார் அவர்கள்.

கா. நமச்சிவாய முதலியார் அவர்கள் நல்ல வளமான வாழ்வு பெற்றவர். அவருக்குக் கிடைத்த சம்பளம் மற்ற மொழிப் புலவர்களுக்கு, மொழிப் பண்டிதர்களுக்குக் கொடுக்கப்பட்ட சம்பளத்தைவிடக் குறைவான சம்பளமாக இருந்தது. இந்தச் செய்தி தெரிந்தவுடனே அப்பொழுது ஆட்சியிலிருந்தவர்கள் தந்தை பெரியார் அவர்களிடம் சொல்லி இதைப்பற்றி ஒரு தலையங்கமே எழுதுங்கள் என்று சொன்னார்கள். அப்பொழுது இவர் மிகக் கடுமையாக ஒரு தலையங்கம் எழுதித் தமிழ் படித்தவர்க்கும், வடமொழி படித்தவர்க்கும், ஆங்கிலம் படித்தவர்க்கும் சமமாகவே சம்பளம் கொடுக்க வேண்டும், தமிழ்நாட்டில் தமிழ் படித்தவர்க்கு ஏன் குறைந்த சம்பளம் கொடுக்கிறீர்கள்? - என்று அதற்காகப் போராடி அந்த மரியாதையையும் வாங்கித் தந்தார். தமிழ் இலக்கியங்களை மட்டும் தலையில் தூக்கி வைத்துக் கொண்டு அவற்றை வானளாவப் புகழ்ந்துகொண்டு தமிழர் களைக் கீழே தள்ளி விட்டால் தமிழுக்கு மரியாதை வராது. தந்தை பெரியாருடைய வாழ்க்கையில் தமிழர்களுக்கு முதன்மை. தமிழர்களுக்கு நல்வாழ்வு என்று இனத்துக்கு முதன்மை கொடுக்கிறார். தமிழன் இல்லாமல் தமிழ் இல்லை. இப்படிப்பட்ட சில நேரடியான நடைமுறை உண்மைகளை நாம் சீக்கிரத்தில் மனத்தில் வாங்கிக் கொள்ளுவதில்லை. அதில் அவர் மிகத் தெளிவாக இருந்தார். ஆகவே இந்தத் தமிழுணர்ச்சி இருக்கிறதே - மக்களை மையப்படுத்திய

தமிழுணர்ச்சி - சமுதாயத்தை மையப்படுத்திய தமிழ் உணர்ச்சி - இந்தத் தமிழுணர்ச்சி சமயஞ்சார்பாகப் பிறந்த தமிழுணர்ச்சி யிலிருந்து அளவாலும், பண்பாலும் வேறுபட்டதாகத்தான் இருக்கும், வேறுபட்டதாகத்தான் இருக்கிறது.

இந்தக் காலகட்டத்திலேயே தமிழ் உணர்ச்சியைப் பற்றித் தமிழுணர்ச்சியை எழுப்பவும் தூண்டவும் என்னென்ன செய்தார்கள்? அதைப்பற்றி அடுத்ததாக நாம் சிறிது சிந்திப் போம்.

தமிழ் உணர்ச்சியை எழுப்புவதற்குப் பல்வேறு வழிமுறைகளைக் கையாளுகிறார்கள். சங்க இலக்கியங்களின் பெருமையைப் பற்றிப் பேசுவது, எழுதுவது, சிறு சிறு நூல்களை உருவாக்குவது, பழைய நூல்களுக்கு உரை எழுதுவது - இப்படிப் பல்வேறு முயற்சிகள் நடக்கின்றன. தமிழ் மொழியினுடைய சிறப்பைப் பற்றி மட்டும் தனித்தனியே நூல்கள் எழுதுவது, தமிழ் உலகமொழிகளோடெல்லாம் தொடர்புடையது என்று காட்டி அதற்குத் தனியே நூல்கள் எழுதுவது - இப்படிப்பட்ட பல்வேறு முயற்சிகள் நடந்து வந்திருக்கின்றன. அந்த முயற்சிகள் நடந்தபொழுது மிகவும் பாராட்டத்தக்க வகையில் சங்க இலக்கியங்களிலிருந்த மிகச் சிறந்த மனித நேயக் கூறுகளை - என்றென்றும் உலகம் போற்றத் தக்க உயர்ந்த எண்ணங்களையெல்லாம் தேர்ந்தெடுத்து அவற்றுக்குத் தலையாய இடங்கொடுத்து நம் மதிப்புக்குரிய புலவர்கள் பலர் பேசியும், எழுதியும் வந்தார்கள். அப்பொழுது அறிமுகமான சில பாடல்களைத்தான் நாமெல்லாம் திரும்பத் திரும்பச் சொல்லி வருகிறோம். அப்பொழுது அறிமுகமான அந்தப் பாடல்கள் "யாதும் ஊரே யாவரும் கேளிர்" போன்ற பாடல்கள். இன்னும் 'உண்டாலம்ம இவ்வுலகம்' என்ற பாடல். இவற்றை எல்லாம் மீண்டும் கேட்டால் கூடச் சலிக்காது. "உண்டாலம்ம இவ்வுலகம்" என்ற பாடல் உள்ளபடியே மிக அருமையான பாடல். இவற்றையெல்லாம் கடலுக்குள் மூழ்கி முத்தெடுத்துக் கொடுத்ததுபோல் இவர்கள் கொடுத்துச் சங்க இலக்கியப் பெருமையைக் காட்டுவதன் மூலம் தமிழனுடைய பெருமையை உணரச் செய்கிறார்கள். தமிழனுடைய பெருமையை மீண்டும் மீண்டும் அவனுக்கு நினைவூட்டி அவனைத் தூக்கி நிறுத்த முயலுகிறார்கள்.

> உண்டா லம்மஇவ் வுலகம் இந்திரர்
> அமிழ்தம் இயைவ தாயினும் இனிதெனத்
> தமியர் உண்டலும் இலரே முனிவிலர்
> துஞ்சலும் இலர்பிறர் அஞ்சுவ தஞ்சிப்
> புகழெனின் உயிருங் கொடுக்குவர் பழியெனின்
> உலகுடன் பெறினும் கொள்ளலர் அயர்விலர்
> அன்ன மாட்சி அனைய ராகித்
> தமக்கென முயலா நோன்றாள்
> பிறர்க்கென முயலுநர் உண்மை யானே!

என்பதுதான் அந்தப் பழம்பாடல். இப்படிப்பட்ட வர்கள் இருப்பதால்தான் உலகம் இருக்கிறது. இப்படிப்பட்ட பாடல்களை அவர்கள் பொறுக்கி எடுத்துக் கொடுத்தது ஒரு சிறப்பு. யாரும் படித்துப் போற்ற முடியாத பாடல்களை எடுத்துக் கொடுத்து நமக்குக் கசப்பை ஏற்றியிருந்தால் இன்று சங்க இலக்கியத்தைப் பற்றி நாம் பெருமையாகப் பேச எந்த வாய்ப்பும் கிட்டாமல் போயிருக்கும். மிகச் சிறந்த வீறுசால் பாடல்களை அவர்கள் தேர்ந்தெடுத்துக் கொடுத்திருக் கிறார்கள்.

> ஈயென இரத்தல் இழிந்தன் றதனெதிர்
> ஈயே னென்றல் அதனினும் இழிந்தன்று
> கொள்ளெனக் கொடுத்தல் உயர்ந்தன் றதனெதிர்
> கொள்ளேன் என்றல் அதனினும் உயர்ந்தன்று.

இப்படிப்பட்ட பாடல்களையெல்லாம் பல தமிழ்ப் புலவர்கள் எங்கெங்கும் எடுத்து எழுதிப் பேசி மக்களுக்கு ஒரு சிறந்த உணர்ச்சியை ஊட்டினார்கள். இத்தகைய பணி ஒரு பக்கம் நடக்கிறது. அதே நேரத்தில் மணிமேகலை, சிலப்பதிகாரம் போன்ற காவியங்களை உரைநடைகளாக எழுதிச் சிறு சிறு புத்தகங்களாக ஆக்கி மக்களுக்கு அறிமுகப்படுத்துகிறார்கள். நூல்களை அறிமுகப்படுத்தும் பணி இன்னொரு பக்கம். இன்னொரு பக்கம் தமிழ் மொழியை உயர்த்திப் பேசித் தமிழே உன் மூச்சு! தமிழே உன் வாழ்வு என்று பேசி மக்களுக்கு ஓர் உணர்ச்சியை ஏற்றுகிறார்கள். இந்தப் பணி ஒரு பக்கம். இந்தப் பணிக்குச் சிகரம் வைத்தாற்போல மொழியரசி என்று ஒரு நூல் வந்தது. சாமி வேலாயுதம் அவர்கள் தொகுத்து வெளியிட்ட ஒரு நூல். இந்த நூல் - தமிழை ஓர் அரசியாகப் பார்க்கிறது. தமிழுக்குக் கொடி

ஒன்றை இதில் உருவாக்கியுள்ளார்கள். திருப்பள்ளி எழுச்சி போன்ற பாடல்கள், திருவெம்பாவை போலத் தமிழெம்பாவை போன்ற பாடல்கள், கந்தரலங்காரம் போலத் தமிழலங்காரம் - இப்படிப்பட்ட படைப்புகளெல்லாம் மொழியரசியில் இடம் பெறுகின்றன.

இப்படியெல்லாம் ஏராளமான நூல்கள் தமிழுக்குச் சிறப்பு சேர்க்கின்றன. முன்னே நான் சொன்ன சிறப்புக்கும் இதற்கும் ஒரு வேறுபாடு உண்டு. பாடல்களை எழுதி இறைவனைச் சிறப்பிப்பதற்கு எப்படியெல்லாம் நூல்கள் எழுந்தனவோ அப்படியெல்லாம் தமிழுக்கு நூல்களை உருவாக்குகிறார்கள். அதில் முடிமணியாகத் திகழ்வது 'மொழியரசி' என்ற நூல். இந்த மொழியரசியில்கூட ஒரு சில இடங்களில் வடமொழியும் தமிழும் சமம் என்ற நோக்கில் எழுந்த பாடல்களைக் காண முடிகிறது. இன்னும் சில பாடல்களில் வடமொழியைவிடத் தமிழ் மேலானது என்ற நோக்கில் அமைந்த பாடல்களைக் காண முடிகிறது. அங்கே ஒரு மாற்றத்தைக் காணுகிறோம். 19ஆம் நூற்றாண்டில் - அதற்கு முன்பு வடமொழியும் தமிழும் சமம் என்ற நிலை. அதிலிருந்து பிரிவும் பிளவும் ஏற்பட்டுள்ளது. அந்தச் "சமம்" என்ற கருத்தை எல்லாரும் ஏற்றுக் கொள்ளவில்லை. இருதரப்பாரும் ஏற்றுக் கொள்ளவில்லை. அப்பொழுது தமிழே உயர்ந்தது என்று தமிழ் வாணர்களில் ஒரு பகுதியினர் பேசத் தொடங்கி விடுகிறார்கள். இன்னும் வடமொழியைக் குறைத்துப் பேசவும் தொடங்குகிறார்கள். சில பாடல்களில் தமிழினுடைய சிறப்பைச் சொல்லி இப்படிப்பட்ட சிறப்பெல்லாம் வடமொழிக்கு உண்டா? வடமொழி உலகில் இந்தச் சிறப்பு நிகழ்ச்சிகள் நடந்ததா? - என்றெல்லாம் கேட்கிறார்கள். இந்தப் பணிகளும் ஒரு பக்கம் நடந்து வருகின்றன.

இன்னொரு பக்கம் தமிழ் உணர்ச்சியின் மூலம் எத்தகைய பணிகளை நாம் செய்ய வேண்டும் என்பதைப் பற்றிப் பொதுவாக எல்லோரும் சிந்திக்கிறார்கள். அதில் குறிப்பிடத்தக்க ஒரு பெரிய மனிதர் கவியோகி சுத்தானந்த பாரதியார். அவர் சமய உலகில் இருந்தாலும்கூடத் தமிழ் என்று சொல்லும்போது சமயத்திலிருந்து வெளியே வந்து விடுகிறார். அந்த அளவுக்குத் தமிழ் உணர்ச்சியின் வேகத்தை அவரிடம் காண முடிகிறது. இங்கே ஓர் இடத்தில் அவர் எழுதுகிறார்.

"தமிழ் மறுபிறப்பு எடுத்துள்ளது. இனிப் பழைய நிலைக்குத் திரும்பாது. சில பழம் பாடல்களை வைத்துக் கொண்டு எமது தமிழே பெரிது என்றால் உலகம் ஒப்பாது. சிவனைத் தூதனுப்பியதும் முதலை விழுங்கிய பாலகனை அழைத்ததும் எலும்பைப் பூங்கோதையாக்கியதும் கல்லைத் தெப்பமாக்கியதும் எமது தமிழ்தானே! என்று புராணம் பேசும் காலம் போய்விட்டது."

இப்படிச் சொல்லுவது யார்? சுத்தானந்த பாரதியார்.

"மொகஞ்சதாரோ சிந்து சமவெளி நாகரிகச் சரக்குகளும் நவநாகரிகத்துக்குப் பதில் சொல்ல முடியாது. குமரிக் கண்டப் பேச்சும் பயனில்லை. முதுநாரை, முதுகுருகு முதலிய எத்தனையோ சாத்திரங்கள் தமிழில் இருந்தன. அத்தனையும் அந்தப் பாழுங்கடலில் போய்விட்டனவே. ஐயோ! என்று தலையில் கை வைக்கவும் காலமில்லை. இறந்த காலத்துக்கு அந்தக் கடலிலேயே முழுக்குப் போட்டுவிட்டு, தற்பெருமைத் தம்பட்டங்களைக் கட்டி வைத்துவிட்டு இனி வருங்காலத்தில் தமிழ் உலகில் தலைநிமிரப் பாடுபடவேண்டும். தொல் காப்பியர் முதல் கம்பர் வரையில் மணிவாசகர் முதல் வள்ளலார் வரையில் எத்தனையோ அருட்புலவர் இருந்தனர். கரிகாலன், செங்குட்டுவன், இராசராசன் போன்ற மன்னாதி மன்னர்கள் இருந்தனர். எம்து தமிழுக்கு இனிவேறு ஒன்று சமானமா? என்று மார்தட்டித் தூங்கும் பழக்கம் இனிக் கட்டோடு கூடாது. விழிக்க வேண்டும்."

இப்படி அவர் கனல் பறக்க எழுதுகிறார். தமிழ் உணர்ச்சிக்கு ஒட்டுமொத்தமாக வடிவம் கொடுப்பது போலச் சுத்தானந்த பாரதியார் இப்படி எழுதுகிறார்.

"தனித் தமிழ் முயற்சி மட்டும் போதாது" என்று கூறி அதற்குத்தான் ஒரு கருத்து சொல்கிறார் கவியோகியார்.

"தனித்தமிழ் முயற்சி மட்டும் போதாது. நமது மொழிக்கே உரிய வார்த்தைகளைமட்டும் பிரித்தெடுத்துத் தருவோர் தருக. அவர்களை நான் வெறுக்கவில்லை. ஆனால் அது மட்டும் போதாது" என்று சொல்லித் தன் கருத்தை அவர் தெளிவாக்குகிறார்.

இன்னும் மிக முற்போக்கான சிந்தனைகளை இவரிடத் தில் காண முடிகிறது. "உலகம் ஒரு பாஷையை மதிக்க

வேண்டுமானால் அது உலகைப் புறக்கணித்துத் தனிச் செருக்குடன் வாழக் கூடாது. அதில் உலகம் மதிக்கும்படியான அறிவுச் செல்வம் நிரம்பியிருக்க வேண்டும். இலக்கிய உலகில் இன்று ஒரு ஜனநாயகம் நடக்கிறது (நான் முன்பே தமிழ் மக்கள் மயமாகியது என்று சொன்னேன். அதை இங்கே இவர் வேறு வகையில் சொல்லுகிறார்). பழம் பண்டிதர்கள் கையிலிருந்து இலக்கியங்கள் பொது ஜனங்கள் கைக்கு வந்துவிட்டது. ஆசிரியர்க்கும் பொதுமக்களுக்கும் இடையே விமரிசகன் இருக்கிறான். அவன் பொதுஜன வாக்கின் பிரதிநிதியாகவே பேனாவை ஓட்டுகிறான். ஆகவே தமிழை இனிமேல் நீங்கள் தனிப்படுத்தி வைத்துக்கொள்ள முடியாது. இது மக்கள் மயமாக ஆகிவிட்டது" என்று சொல்லுகிறார்.

அதற்கு மேலும் "செய்யுள் இலக்கணத்தில் தேமாங்காய், புளிமாங்காய், கருவிளங்காய், கூவிளங்காயெல்லாம் ஒரு புறம் இருக்கும். தற்கால வேகத்துக்கு இந்தப் பாடல்களெல்லாம் இந்த முறைகளெல்லாம் எதிர் நிற்க முடியாது. இக்காலம் கலைச்சுவை அபாரமாகப் பெருகியுள்ளது. முற்காலத்தைவிட இப்போது கவிச்சுவையும் ரசிகர் கூட்டமும் அதிகம். பெரிய பெரிய புலவர்களெல்லாம் விமரிசகன் பேனா முனையால் குத்து வாங்குகிறார்கள்" என்று இவர் சரளமாகக் கருத்துத் தெரிவித்துத் தமிழ் உணர்ச்சியைப் படிப்படியாக எப்படி ஆக்க ரீதியில் கொண்டு செல்ல வேண்டும் என்றெல்லாம் விளக்க மாக எண்ணிப் பார்க்கிறார். வளர்ச்சி வழிகளைப் பற்றி நன்கு எண்ணிப் பார்த்து ஒரு பட்டியல் போட்டுத் தருகிறார்.

நான் அவற்றைப் பற்றி நாளை மேலும் விரிவாகச் சொல்ல இருக்கிறேன். இன்னும் சுத்தானந்த பாரதியார் அவர்கள் இந்த உணர்ச்சி வேகத்தில் சில மாவட்டங்களைக் குறிப்பிட்டு இவையெல்லாம் தனியாகத் தமிழ்நாடு என்று பிரிந்துவிட வேண்டும் என்றே எழுதுகிறார். அந்த அளவுக்கு வேகமாகச் சில மாவட்டங்களைக் குறிப்பிட்டு இந்த மாவட்டங்களெல்லாம் தனி நாடாகவே அமைய வேண்டும் என்கிறார்.

"திருநெல்வேலி, மதுரை, திருச்சி, தஞ்சை, சேலம், வடஆர்க்காடு, தென்னார்க்காடு, சித்தூர், சென்னை, செங்கல் பட்டு முதலியன தமிழ் வழங்கும் ஜில்லாக்கள். இவற்றை யெல்லாம் ஒன்று சேர்த்து ஒரு தமிழ்நாடு ஏற்படுத்தல் வேண்டும். அத்தமிழ் நாட்டிற்குத் தனி ஆட்சி வேண்டும்."

அந்த அளவுக்கு வேகமாகக் கருத்தறிவிக்கிறார் கவி யோகியார்.

இன்னும் ஒவ்வொரு இளைஞனிடமும் அவர் அவனுடைய உணர்ச்சியைக் கூட்டும் முறையில் ஏற்றும் முறையில் பின்வருமாறு எழுதுகிறார்:

"நான் தமிழன். எனது நாடு தமிழ்நாடு. எனது மொழி தமிழ் மொழி. தமிழ் மொழியாளர் எல்லாம் என் உறவினர். என் சமூகம் தமிழர் சமூகம். என் சாதி தமிழ்ச்சாதி. தமிழர் நலமே என் மதம். என் கடமை தமிழ்நாட்டு ஊழியம். என் தெய்வம் தமிழணங்கு. என் மந்திரம் தமிழ். என் தோத்திரம் எந்தாய் வாழ்க, என்று தமிழ்நாட்டில் பிறந்த ஒவ்வொருவனும் தலை நிமிர்ந்து கர்ச்சிக்க வேண்டும்."

இப்படிச் சுத்தானந்த பாரதியார் முழக்கமிடுகிறார். தமிழ் உணர்ச்சியை இப்படி அவர் உச்சகட்டத்துக்குக் கொண்டு செல்கிறார்.

இந்த உணர்ச்சிகளெல்லாம் வளர்ந்து வரும்பொழுது புலவர்களும் கலைஞர்களும் உணர்ச்சியை ஏற்றுவதற்குத் தம்மாலான பணிகளைச் செய்கிறார்கள். எந்தக் கவிஞர் கவிதைத் தொகுப்பு வெளியிட்டாலும் அங்கே தமிழ் என்று ஒரு பகுதி இருக்கும். அங்கே அதற்கேற்ற பாடல்கள் சில இருக்கும். அந்த முறை ஏற்பட்டதற்குக் காரணம் சுயமரியாதை இயக்கம். சுயமரியாதை இயக்கத்தைச் சார்ந்த கவிஞர்கள்தான் இதை மிகுதியாகக் கையாளத் தொடங்கினார்கள்.

பாரதியார் எழுதிய 'செந்தமிழ் நாடெனும் போதினிலே' என்ற பாடல்கூட மிகப் பிற்காலத்தில் எழுதப்பட்ட ஒன்று என்பதற்கும் அந்தப் பாடலை எழுதத் தூண்டியவர்கள் அவருடைய மாணவர்கள் என்பதற்கும் பாரதிதாசனே சான்று தருகிறார். பாரதியார் கவிதைத் தொகுப்பிலும் அது வந்திருக்கிறது. குயிலிலும் அதைப் பற்றிப் பாவேந்தர் நீண்ட காலத்துக்கு முன்பே எழுதியிருக்கிறார்.

இந்தக் கவிஞர்கள் எல்லாரும் தமிழைப் பற்றி எழுதியுள்ள பாடல்களில் சில மாற்றங்களைக் காணுகிறோம். அந்தப் பாடல்களிலெல்லாம் முதன் முதல் தோன்றிய பாடல் என்று நாம் கருதத் தக்கது சுந்தரம்பிள்ளை அவர்கள் எழுதிய 'நீராரும் கடலுடுத்த' என்ற அந்தப் பாடல். அந்தப் பாடலில்

முதல் முறையாக வடமொழியையும் தமிழையும் ஒப்பிட்டுத் தமிழ் உயர்ந்தது என்று பேசுகிறார். இன்னின்ன காரணங்களால் உயர்ந்தது என்று தெளிவுபடுத்துகிறார். இதிலிருந்து பிறந்த இன்னின்ன மொழிகள் உயிர் வாழ்ந்து கொண்டிருக்கின்றன. ஆனால் வடமொழி வழக்கழிந்து விட்டது. ஆகவே தமிழ்தான் உயர்ந்தது. "சீரிளமைத் திறம் வியந்து செயல்மறந்து வாழ்த்துதுமே". இப்படி அவர் பாடுகிறார். முதன் முதலில் அவர் தொடங்கி வைக்கிற இந்தப் பணி தொடருகிறது. இந்தக் குரல் வழிவழியாக மேன்மேலும் எதிரொலித்துக்கொண்டே போகிறது.

அந்த வழியைப் பின்பற்றிப் பாரதிதாசனார் அவர்கள் எழுதியுள்ள பாடல்கள் சாகா வரம் பெற்றன. அவருக்குப் பிறகு வாணிதாசன் அந்த நெறியில் ஏராளமான பாடல்களை எழுதியிருக்கிறார். அந்தப் பாடல்களிலெல்லாம் ஒரு திருப்பம், ஒரு மாற்றத்தைப் பார்க்க முடிகிறது. நான் முன்பே சொன்னேன் - சமுதாயம் சார்ந்த தமிழுணர்ச்சி என்று.

இங்கே பாரதிதாசன் எழுதிய பாட்டை - பலர் இதைப் பல மேடைகளில் பல தடவை சொல்லியிருப்பார்கள் - வேறொரு கோணத்தில் நான் இப்பொழுது சொல்ல விரும்புகிறேன். கவிஞன் சில நேரங்களில் விசுவரூபம் எடுக்கிறான். மிகப் பெரிய மனிதனாகத் தோன்றுகிறான். அப்படித் தோன்றும்பொழுதே உலகம் அவன் முன்பு ஒரு சிறு கொய்யாக் கனியாக ஆகிவிடுகிறது. மிகச் சிறு பொருளாக ஆகிவிடுகிறது. அவன் பெரியவனாக இருக்கிறான். அந்த நேரத்தில் அவனுடைய குரல் அவனுடைய பேச்சு அவன் சொல்லுகின்ற முறை - அவன் ஆணையிடுகின்ற முறை எல்லாமே வேறுபட்டுத் தோன்றுகிறது. அந்த நேரத்தில் கவிஞன்தான் மேலே நிற்கிறான். எத்துணைக் கதைகளை நாவல்களை எழுதினாலும் மக்கள் மனத்தில் மீண்டும் மீண்டும் எதிரொலிக்கக்கூடிய அளவுக்கு ஒன்றைப் படைக்க வேண்டுமானால் கவிதையால்தான் அது முடியும்; வேறு எதனாலும் முடியாது. இது உலக வரலாற்றிலேயே நாம் தொடர்ந்து காணுகின்ற ஒன்று. இங்கே ஒரு பாடலைப் பாருங்கள். "ஏடெடுத்தேன் கவியொன்று வரைந்திட என்னை எழுதென்று சொன்னது வான்." கவிஞன் விசுவரூபம் எடுக்கிறான் என்று

சொன்னதற்கு இங்கே விளக்கம் காணுகிறீர்கள். அந்த மனநிலையோடு பார்த்தால்தான் இந்தப் பாடலைச் சரியாக இங்கே ரசிக்க முடியும்.

ஏடெடுத்தேன் கவி ஒன்று வரைந்திட என்றுதான் - அதற்குமேல் இப்போது எழுதுவதாக எண்ணமில்லை என்கிறார் கவிஞர்.

உடனே எவையெல்லாம் வரிசையில் நிற்கின்றன பாருங்கள். 'என்னை எழுதுங்கள்! என்னை எழுதுங்கள்' என்று சொல்லி வரிசையில் நிற்கின்றன. ஏனென்றால் ஒரு கவிதை தான் எழுதப்போகிறார். ஏதோ பத்து நூறு எழுதினால் போட்டியிட இடமில்லை. வரிசையில் நிற்கலாம். பொறுமை யாக நிற்கலாம். ஒன்றோடு ஒன்று முட்டி மோதுகின்றன. 'என்னை எழுதென்று சொன்னது வான்! கேட்பது எது? வானம் வந்து கேட்கிறது.

"ஓடையும் தாமரைப் பூக்களும் தங்களின்
ஓவியம் தீட்டுக என்றுரைக்கும்"

ஓடையும் தாமரைப் பூக்களும் இவையெல்லாம் வந்து அழகுணர்ச்சியோடு (வானத்தில் தனியாக அழகை எதையும் பார்க்க இயலவில்லை; நம்மால் இயலவில்லை) கேட்கின்றன. ஓடையும் தாமரைப்பூக்களும் வந்து கேட்கின்றன. நயமாகக் கேட்கின்றன. அவற்றின் காட்சியிலேயே இவருடைய மனம் இரங்காதா என்று கருதிக் கேட்கின்றன. அவற்றின் அழகையும், மென்மையையும் பயன்படுத்திக்கொண்டு 'எங்களைக் கொஞ்சம் எழுதுங்கள்' என்கின்றன.

"ஓடையும் தாமரைப் பூக்களும் தங்களின்
ஓவியம் தீட்டுக என்றுரைக்கும்
காடும் கழனியும் கார்முகிலும் வந்து
கண்ணைக் கவர்ந்திட எத்தனிக்கும்"

அதற்கு அண்மையில் வந்துபேசத் துணிவில்லை. இவ்வளவும் வரிசையாக நிற்கும்போது நான் என்ன செய்வது என்று நினைத்து 'காடும் கழனியும் கார்முகிலும் வந்து' நமது பக்கம் இப்படித் திரும்பிப் பார்க்க மாட்டாரா என்று நினைத்துக் கண்ணைக் கவர்ந்திட எத்தனிக்கும் முயற்சிதான் செய்கிறது, இன்னும் கவரவில்லை... கண்ணை இன்னும் கவரவில்லை. கண்ணைக் கவர்ந்திட எத்தனிக்கும் ஒரு முயற்சி நடந்து கொண்டிருக்கிறது.

"ஆடும் மயில்நிகர் பெண்களெல்லாமுயிர்
அன்பினைச் சித்திரம் செய்க என்றார்"

ஒன்றும் வேண்டாம் - இந்த அன்பு இருக்கிறதல்லவா? அன்பு! அதை மட்டும் கொஞ்சம் எழுதுங்கள். மற்றபடி நீங்கள் வேறு எதுவும் எழுத வேண்டாம்.' இப்படிக் கேட்கிறார்கள். 'ஆடும் மயில் நிகர் பெண்களெல்லாம் உயிர் அன்பினைச் சித்திரம் செய்க என்றார்.'

"சோலைக் குளிர்தரு தென்றல் வரும்"
வேகமாகச் செல்கிறார் கவிஞர்.

"சோலைக் குளிர் தருதென்றல் வரும் பசுந்
தோகை மயில்வரும் அன்னம் வரும்
மாலைப் பொழுதினில் மேற்றிசையில் விழும்
மாணிக் கப்பரிதி காட்சி தரும்"

எல்லாம் வரிசையாக வருகின்றன.

"வேலைச் சுமந்திடும் வீரரின் தோளுயர்
வெற்பென்று சொல்லி வரைக எனும்"

அது கொஞ்சம் வேகமாகக் கேட்கிறது. வேலைச் சுமந்திடும் வீரரின் தோள் உயர்வெற்பு என்று சொல்லி வரைக எனும்.

"கோலங்கள் யாவும் மலைமலையாய் வந்து
கூவின என்னை"

'மலை மலையாய்' - மந்தை மந்தையாய் என்று சொல்கிறோமல்லவா? அந்தப் பொருளில் மலை மலையாய் என்கிறார். வெள்ளம் வெள்ளமாக என்கிறோமே அதைப் போல மலை மலையாய் வந்து நிற்கின்றன. "நான் சொன்னது சிலவற்றைப் பற்றி மட்டுமே. இன்னும் அவை மலைமலையாய் வந்து குவிந்தன" என்கிறார் கவிஞர்.

முதல் பாட்டில் அமைதியாகச் சொல்லுகிறார். கொஞ்சம் அழகுபடுத்திச் சொல்லுகிறார். அடுத்த பாட்டில், இவை சொல்லி முடியாது போலிருக்கிறது. வேகமாகச் சொல்லி முடிப்போம் என்று வரிசையாகச் சொல்லுகிறார். அதற்குப் பிறகும் முடியவில்லை. 'மலை மலையாய்' என்கிறார். அதற்குள் மற்றவையெல்லாம் அடங்கிவிடுகின்றன. 'மலை மலையாய் வந்து கூவின என்னை.'

"இவற்றிடையே" - மலை மலையாய் வந்து என்னை எழுது, என்னை எழுது என்று நிற்கின்றனவே - இவற்றிடையே

இன்னலிலே தமிழ்நாட்டினிலே உள்ள
என் தமிழ் மக்கள் துயின்றிருந்தார்.

அவர்கள் வாய் திறந்து கேட்கவில்லை, துயில்கிறார்கள். கவிஞருடைய விசுவரூபம் அவன் உள்ளத்தில் ஆழமாகத் தேங்கிக்கிடக்கிற அருள் உணர்ச்சியும் பொங்கிப் பீறிட்டு இங்கே காட்சியளித்து நம்மை மெய்மறக்கச் செய்கிறது. இந்தக் கவிதையைப் பார்த்து ஒருவன் மெய்மறக்க முடியவில்லை யென்றால் அவன் கவிதை ரசனைக்கே பொருத்தமில்லை. இதைப் பாடுகிற முறையைப் பாருங்கள். வெள்ளத்தில் மிதந்தது போல ஒரே போக்கில் ஓடிவிடுவார்கள் மற்றவர்கள். இங்கே ஒரு திருப்பத்தைக் கொடுத்து,

இன்னலிலே தமிழ்நாட்டினிலே உள்ள
என்தமிழ் மக்கள் துயின்றிருந்தார்.
அன்னதோர் காட்சி இரக்கமுண்டாக்கி
ஆவியில் வந்து கலந்ததுவே.

நெஞ்சில் மட்டுமில்லை - என் உயிருள்ளவரை இந்தக் காட்சி என்னோடு இருக்கும் என்கிறார். ஆவியில் வந்து கலந்தது, சிந்தையில் கலப்பது, உடம்பில் கலப்பது என்பதை யெல்லாம் கேட்டிருக்கிறோம். இது ஆவியில் வந்து கலந்தது, உயிருள்ளவரை இந்த உணர்வு இருக்கும்.

"இன்பத் தமிழ்க்கல்வி யாவரும் கற்றவர்
என்றுரைக்கும் நிலை எய்திவிட்டால்
துன்பங்கள் நீங்கும் சுகம்வரும் நெஞ்சினில்
தூய்மையுண்டாகிவிடும் வீரம் வரும்"

முதல் காரியம், இவர்கள் விழிக்க வேண்டும். துயின்றி ருந்தார் என்றதே அவர்கள் கண்ணை மூடிக்கொண்டு குறட்டைவிட்டுத் தூங்கினார்கள் என்பதையல்ல. அவர்கள் கல்வி இல்லாமல் இருந்தார்கள் என்பதைத்தான் துயின்றி ருந்தார் என்றார். தொடர்ந்து இவர்களுக்குக் கல்வி வாய்ப்பு இல்லாமற் போனது. கல்வி இல்லை. விழிப்புணர்ச்சியும் இல்லை.

கல்வியைக் கொடுங்கள் அதற்குப்பிறகு எந்தக் குருடனுக்குங்கூட இரண்டை ஒப்பிட்டுப் பார்க்கத் தெரியும். இந்த அநியாயங்களை எதிர்த்துப் போராடத்தானே அவர் களுக்கு ஒருநாள் வீரம் வரும். அதில் எனக்கு நம்பிக்கை

இருக்கிறது. நாமே அவர்களுக்கு எல்லாவற்றையும் தர முடியாது. முதலில் கல்வி கொடுங்கள். பிறகு அவர்களுக்கு வீரம் வரும். அதற்குப் பிறகு பார்ப்போம்.

இங்கே இது தமிழ் உணர்ச்சிதான். ஆனால் இது மையமிட்டிருப்பது தமிழர் மீது. சமுதாயம் சார்ந்த தமிழுணர்ச்சியின் விளைவு இது. இங்கே பாரதிதாசன் தமிழைப் பாடுகிற முறைக்கும் மற்றவர்கள் பாடுகிற முறைக்கும் வேறுபாடு இருக்கிறது.

'எங்கள் வாழ்வும் எங்கள் வளமும் மங்காத தமிழ்' என்ற பாடலை எல்லாம் நீங்கள் பலமுறை கேட்டிருப்பீர்கள். நமது மதிப்புக்குரிய நாவலர் டாக்டர். நெடுஞ்செழியன் அவர்கள் இதை மறவாமல் எல்லாக் கூட்டங்களிலும் உணர்ச்சி பொங்கச் சொல்லியிருக்கிறார். தமிழகம் முழுதும் இந்தப் பாட்டும் அவர் குரலும் ஒன்றாகவே கலந்து ஒலிக்கின்றன என்று கூடச் சொல்லலாம்.

சமுதாயச் சிந்தனை இங்கே இவர்களிடம் ஆழமாகப் பதிந்து கிடந்ததனால்தான் இவர்களால் இதனோடு தொடர்புடைய பொதுவுடைமைச் சிந்தனைக்குப் போக முடிந்தது. அதற்கு மேலே பொதுவுடைமைச் சிந்தனைக்குப் போய்,

"சித்திரச் சோலைகளே – உமைநன்கு
திருத்தஇப் பாரினிலே – முன்னம்
எத்தனை தோழர்கள்
ரத்தம் சொரிந்தன ரோ உங்கள்வேரினிலே"

என்றெல்லாம் பாடமுடிந்ததற்குக் காரணம் (1) சமயப் பிடிப்பிலிருந்து விடுபட்டது, (2) பகுத்தறிவு நோக்கில் பார்க்கத் தொடங்கியது, (3) சமுதாய உணர்வுக்கு இடங் கொடுத்தது. அதன் பிறகுதான் இவர்களால் பொதுவுடைமை நோக்கிற்கு வர முடிந்தது.

கவிஞர் வாணிதாசன் இவருடைய நெறியை அப்படியே பின்பற்றித் தமிழைப் பல இடங்களில் சிறப்பித்துப் பாடுகிறார். வாணிதாசன் தம்முடைய இறுதி நாட்களில் ஏக்கத்தோடு எதிர்பார்த்த அளவுக்குத் தமிழுக்கு வளர்ச்சியும் வாழ்வும் கிடைக்கவில்லையே என்றெல்லாம் மனம் நொந்து பேசுகிறார்.

தமிழைச் சிறப்பிப்பதில் தமிழ் உணர்ச்சியை ஏற்படுத்துவதில் என்னென்ன முறைகள் கையாளப்பட்டன என்பதைச்

சொல்லும்பொழுது இப்படித் தமிழைச் சிறப்பித்துப் பாடுவதும் ஒருமுறை என்று குறிப்பிட்டேன். இந்தத் தமிழுணர்ச்சி தோன்றத் தோன்ற அந்தக் காலகட்டத்திலேயே தமிழ் நடையிலும் பல்வேறு வேறுபாடுகள் ஏற்பட்டன. தமிழ் வளர்ச்சிக்கு என்ன செய்ய வேண்டும் என்பது பற்றிச் சிந்திக்கிறார்கள். அதற்கு வேண்டிய தோற்றுவாயை மட்டும் நான் இப்போது அமைத்துக்கொண்டு விரைவில் என் உரையை முடித்துக் கொள்கிறேன்.

தமிழில் மறுமலர்ச்சி என்ற நூலில் வையாபுரிப்பிள்ளை அவர்கள் ஏறத்தாழ ஒன்பது விதமான கொள்கைகள் அல்லது வாதங்களைப் பற்றிச் சொல்லுகிறார்.

முழுமுதல் நன்மை வாதம்

தூய தமிழ் வாதம்

வடமொழி மேலாண்மை வாதம்

பழந்தமிழ் மேலாண்மை வாதம்

இலக்கண வாதம்

ஆங்கில வாதம்

வடமொழி வாதம்

இந்தி வாதம்

சமய வாதம்

முதலான ஒன்பது வாதங்களைப் பற்றிக் குறிப்பிட்டு விளக்குகிறார். என்ன வாதம் இது? தமிழ் வளர்ச்சிக்குப் பல்வேறு கோணங்களிலிருந்து பல்வேறு குழுக்கள் எழுப்பிய வாதங்கள் இவை.

தூய தமிழால்தான் தமிழை வளர்க்க முடியும் என்பது தூய தமிழ் வாதம். வடமொழியின் உதவியால்தான் தமிழை வளர்க்க முடியும் என்பது வடமொழி மேலாண்மை வாதம். பழந்தமிழ்ச் சொற்களைப் புதுப்பித்துப் பழந்தமிழின் உதவியால்தான் தமிழை வளர்க்க முடியும் என்பது பழந்தமிழ் வாதம். ஆங்கில உதவியைக் கொண்டுதான் தமிழை வளர்க்க முடியும் என்பது ஆங்கில வாதம். இப்படி இந்த வாதங்கள் எழுகின்றன.

மொழி வளர்ச்சியைப் பற்றி நாளை நாம் விரிவாகப் பார்ப்போம். தமிழ் உணர்ச்சி என்பது தோன்றி வளர்ந்த பிறகு அதன் விளைவாகத்தான் பல்வேறு இயக்கங்களை நாம் இப்போது காண்கிறோம். இந்தி எதிர்ப்பு இயக்கத்தைப் பார்த்தோம். மேலும் பல்வேறு நிறுவனங்களைப் பார்க்கிறோம். தமிழில் கையெழுத்துப் போடவேண்டும் என்று அரசு ஆணை பிறப்பித்தது வரையில் இன்னும் பல்வேறு செய்திகளுக்கும் பல்வேறு நிகழ்ச்சிகளுக்கும் மூல ஊற்றாக ஆணி வேராகத் திகழ்வதெல்லாம் இந்தத் தமிழுணர்ச்சிதான் என்பதை நான் அழுத்தந் திருத்தமாகக் கூறிக்கொண்டு இந்தத் தமிழுணர்ச்சி யிலுள்ள வகைப்பாடுகளை மீண்டும் நினைவூட்ட விரும்பு கிறேன். இந்த வகைப்பாடுகளை நாம் மறந்து விடக்கூடாது.

1. தேசிய உணர்ச்சி சார்பாகத் தோன்றிய தமிழுணர்ச்சி

2. சமயம் சார்பாகத் தோன்றிய தமிழுணர்ச்சி

3. சமுதாயம் சார்பாகத் தோன்றிய தமிழுணர்ச்சி

இப்படித் தமிழுணர்ச்சியில் மூன்று பிரிவுகள் உண்டு. இந்த மூன்று பிரிவுகளில் சமயம் சார்பாகத் தோன்றிய தமிழுணர்ச்சியைப் பெரிதும் வளர்த்தவர்கள் சைவர்கள். சமயம் சார்பாகத் தோன்றிய தமிழுணர்ச்சியும் சமுதாயம் சார்பாகத் தோன்றிய தமிழுணர்ச்சியும் பல நேரங்களில் சந்தித்திருக்கின்றன. ஒன்றோடு ஒன்று நட்பும் உறவும் கொண்டிருக்கின்றன. ஆனால் தேசியம் சார்பாகத் தோன்றிய தமிழ் உணர்ச்சி தேசிய நீரோடையிலேயே போதிய அளவு ஆதரவு கிட்டாமல் ஆங்காங்கு நலிவுற்றிருந்தது என்பதையும் அப்படி நலிவுற்றதற்குச் சான்றுகள் போலத்தான் வ.உ.சி. வாழ்வும் திரு.வி.க. வாழ்வும் அமைந்துவிட்டன என்பதையும் நான் குறிப்பாக மட்டும் சொல்லி இன்றைக்கு என்னுடைய உரையை இத்தோடு முடித்துக் கொள்கிறேன். வணக்கம்.

தமிழ் வளர்ச்சி

எனது பேரன்புக்கும் பெருமதிப்புக்கும் உரிய தலைவர் அவர்களே! பேராசிரியர் டாக்டர் சி. பா. அவர்களே! கூடியிருக்கின்ற அறிஞர் பெருமக்களே! மாணவச் செல்வங்களே! உங்கள் எல்லோருக்கும் என்னுடைய அன்பு நிறைந்த வணக்கத்தைத் தெரிவித்துக்கொண்டு இன்றைய உரையைத் தொடங்குகிறேன்.

நேற்றைய உரையில் தமிழ் உணர்ச்சி எப்படியெல்லாம் தோன்றியது, அதற்கு உரிய காரணங்கள் என்னென்ன, அந்த உணர்ச்சிகளின் வெளிப்பாடுகள் என்னென்ன என்பவற்றைப் பற்றியெல்லாம் ஓரளவுக்குப் பார்த்தோம். உணர்ச்சிக்குப் பிறகு செயல் - செயல் வடிவம் பெற வேண்டும். உணர்ச்சி என்று சொல்லும் பொழுதே ஒருவிதமான நெருக்கம், தமிழுணர்ச்சி என்று சொல்லும்பொழுது தமிழ் நமக்கு நெருங்கியது, நம்மோடு உறவுடையது என்ற ஒரு நெருக்க உணர்வு ஏற்படுகிறது. அந்த உணர்ச்சிக்குப் பிறகு தமிழ் வளர்ச்சியைப் பற்றிச் சிந்திப்பது தேவையான ஒன்று. பாரதிதாசன் அவர்கள் இந்தத் தமிழ் உணர்ச்சி ஏற்பட்ட பிறகு தமிழகத்தில் ஏற்பட்டிருக்கிற தமிழ் எழுச்சியைக் கருதிப் பாடிய ஒரு பாடலை இங்கே குறிப்பிட்டு என்னுடைய உரையைத் தொடர விரும்புகிறேன்.

'தமிழனுக்கு வீழ்ச்சியில்லை
தமிழின் சீர்த்தி
தாழ்வதில்லை தமிழ்நாடு
தமிழ மக்கள்
தமிழென்னும் பேருணர்ச்சி
இந்நாள் போலே
தமிழ்நாட்டில் எந்நாளும்
இருந்த தில்லை
தமிழர்க்குத் தொண்டு செய்யும்
தமிழனுக்குத்
தடைசெய்யும் நெடுங்குன்றும்
தூளாய்ப் போகும்

தமிழுக்குத் தொண்டு செய்வோன்
சாவ தில்லை
தமிழ்த் தொண்டன் பாரதிதான்
செத்த துண்டோ?'

என்று பாரதியைப் பற்றியும் பேசிப் பிறிதொரு சந்தர்ப்பத்தில் பாரதியைப் பற்றி அவர் விரிவாகப் பேசுகிறார்.

தமிழ் வளர்ச்சியைப் பற்றி நாம் சிந்திக்கும்பொழுதே வளர்ச்சி என்றால் என்ன பொருள் என்பதை எண்ணிப் பார்க்க வேண்டும். வளர்ச்சி என்பது பொதுவாக மாற்றம். மாற்றத் துக்கு இடந் தந்தால்தான் வளர்ச்சி. மாற்றம் இல்லாமல் வளர்ச்சியில்லை. மாற்றத்தில் இரு வகைகள் உண்டு. ஒன்று ஆக்கத்துக்கு உரிய மாற்றம். இன்னொன்று அழிவுக்கு உரிய மாற்றம். இந்த இருவகை மாற்றங்களையும் புரிந்து கொண்டால் வளர்ச்சி என்பதைச் சரியாக உணர்ந்து கொண்டு நம்மால் வளர்ச்சி மாற்றத்தைச் சரியாக வரவேற்க முடியும். வளர்ச்சியைப் பற்றிப் பேசும்பொழுதெல்லாம் பழமையைப் பேண வேண்டும். பழமையைப் போற்ற வேண்டும். பழமையைக் காக்க வேண்டும். இவையெல்லாம் சரி. பழமையைப் பாதுகாப்போரைப் பற்றி நாம் நினைக்க வேண்டி யிருக்கிறது. பழமையைப் போற்ற வேண்டும் என்பதில் நமக்கு ஒரு சிறிதும் கருத்து வேறுபாடு இல்லை. பழமையைப் போற்றினால்தான் புதுமைக்கு வழி வகுக்க முடியும். அதே நேரத்தில் பழமையை வழிபடக்கூடாது - பழமையை வழிபட முடியாது - என்று நாம் சொல்லுகிறோம்.

நாட்டு மக்கள் பழமொழி ஒன்று சொல்லுவார்கள்- அப்பன் வெட்டிய கிணறு என்பதற்காகக் குப்புற விழுந்து சாக முடியாது என்று. 'அப்பன் வெட்டிய கிணறு என்பதற்காக உப்புத் தண்ணீரைக் குடிக்க முடியுமா?' என்றும் சொல்லு வார்கள். பழமை நமக்கு நெருக்கமுடையதாக இருக்கலாம். ஆனாலும் மாற்றம் தேவைப்படும்பொழுது மாற்றங்களை ஏற்றுக்கொள்ள வேண்டும். இது இயற்கையின் நியதி. இந்த நியதியைப் பற்றிச் சொல்லும்பொழுது தமிழ் மக்கள் வாழ்வைப் பற்றிப் பொதுவாக என்ன கருத்து கொண்டிருந் தார்கள் என்று எண்ணிப் பார்ப்பது பொருந்தும். வாழ்வு வண்டிச் சக்கரம் என்பது இன்னொரு பழமொழி. வாழ்வு வண்டிச் சக்கரம் என்று சொல்லும்பொழுதே மேல் கீழாகும் -

கீழ் மேலாகும் - வாழ்க்கை சுற்றிச் சுற்றி வந்துகொண்டிருக்கிறது என்றுதான் நாம் கருதிக் கொண்டிருக்கிறோம். இது பொதுவாக மக்கள் தம் மனத்தில் வாழ்வைப் பற்றிக் கொண்டிருக்கிற ஓர் எண்ணம். வாழ்வு வண்டிச் சக்கரம். சுற்றிச் சுற்றி வருவது. சுழன்று வருவது. ஒரு சுழற்சிக் கோட்பாட்டுக்குக் கட்டுப்பட்டது - என்ற எண்ணம் நமக்கு இருக்கிறது. ஆனால் உண்மை அதுதானா என்று பார்த்தால் இதுவரை நமக்குக் கிடைத்திருக்கிற வரலாற்று உண்மை 'வாழ்வு வண்டிச்சக்கரம் போலத் தோன்றுமே தவிரப் போனது திரும்பாது - நடந்து போனது திரும்ப வராது - போனது போனதுதான் - முடிந்தது முடிந்ததுதான்' எதிர்காலம் காத்துக் கொண்டிருக்கிறது. வாழ்க்கை புதிய புதிய நிகழ்ச்சிகளைச் சந்திக்குமே தவிர நடந்துபோன ஒரு பழைய நிகழ்ச்சியை அதே சூழலில், அதே விதத்தில் சந்திப்பது இல்லை.

இந்த அடிப்படைக் கோட்பாட்டை நாம் புரிந்து கொள்ள வேண்டும் என்பது ஒரு பக்கம். இன்னொரு பக்கம் தமிழர் உலகம் வாழ்க்கையைப் பற்றிக்கொண்டிருக்கிற நம்பிக்கையும் அறிவியல் உலகம் வாழ்க்கையைப் பற்றிக் கொண்டிருக்கிற நம்பிக்கையும் எப்படிப்பட்டவை என்பதையும் புரிந்துகொள்ள வேண்டும்.

இந்த நாடாக இருந்தாலும் சரி, வேறு நாடாக இருந்தாலும் சரி, மிகப் பழங்காலத்தில் தொல்பழங்காலத்தில் உலகம் சீரும் சிறப்புமாக இருந்தது. மனிதன் எல்லா நலமும் உடையவனாக இருந்தான். படிப்படியாக நாளடைவில் உலகம் கெட்டுப் போகிறது. மனிதன் கெட்டுப் போகிறான். நிலைமை தாழ்ந்துகொண்டிருக்கிறது - என்ற நம்பிக்கையைச் சமய உலகம் ஊட்டிச் சென்று விட்டது. இதற்கு இந்திய நாடும் விதிவிலக்கு அல்ல. அதனால்தான் கிரேதாயுகம், திரேதாயுகம், துவாபரயுகம், கலியுகம் ஆகிய நான்கு யுகங்களைப் பற்றியும் அவற்றின் படிப்படியான தாழ்ச்சி பற்றியும் பேசுகிறோம். கலியுகம் மோசமானது என்றெல்லாம் சொல்லிக்கொண்டிருக்கிறோம். ஆனால் அறிவியல் இப்படிப்பட்ட நம்பிக்கைக்கு உட்பட்டது அல்ல.

மனிதன் மிகச் சாதாரண நிலையிலிருந்து மிகச் சாதாரண உயிர்களிலிருந்து படிப்படியாக வளர்ந்து வளர்ந்துதான் இன்றைய நிலையை எட்டியிருக்கிறான். வரலாற்றில் நாம்

முன்னேறி வந்திருக்கிறோம். மேலும் முன்னேற இருக்கிறோம். சிலகால கட்டங்களில் தொய்வுகள் ஏற்பட்டிருக்கலாம். ஆனால் ஒட்டு மொத்தமாக இயற்கையும் முன்னேறிக் கொண்டிருக்கிறது. மனிதனும் முன்னேறிக்கொண்டிருக்கிறான். மனித ஆற்றல் மானுடம் வலியது. மேலும் முன்னேறும் என்பது அறிவியல் உணர்த்தும் தெளிவான உண்மை.

இந்த இரண்டுக்கும் உள்ள முரண்பாட்டை எண்ணிப் பாருங்கள். சமய உலகம் சிறந்த நிலையிலிருந்து இப்போதைய சீரழிந்த நிலை உருவாகி உள்ளது என்று சொல்கிறது; அறிவியல் உலகம் மிகச் சாதாரண நிலையிலிருந்துதான் உலகம் முன்னேறி இன்று இந்த நிலைக்கு வந்திருக்கிறது என்று சொல்லுகிறது. இரண்டும் இரண்டு முரண்பட்ட கோட்பாடுகள்.

இப்படி இருக்கும்போது சமயப் பின்னணியோடு ஏற்படுகின்ற உணர்ச்சிக்கும் அறிவியல் பின்னணியோடு ஏற்படுகின்ற உணர்ச்சிக்கும் அவ்வப்போது சந்திப்புகள் ஏற்பட்டாலும்கூட அந்தச் சந்திப்புகள் நிரந்தரமான சந்திப்பாக இருக்க முடியாது. அந்தக் கூட்டுறவு நிரந்தரமான கூட்டுறவாக இருக்க முடியாது. இந்த உண்மையை நாம் தெளிவாக விளங்கிக் கொள்ள வேண்டும். நேற்றைய உரையில் குறிப்பிட்டேன் - மறைமலையடிகளாருடைய தமிழுணர்ச்சி சமயம் சார்ந்த தமிழுணர்ச்சி, பெரியார் அவர்கள் ஊட்டிய தமிழுணர்ச்சி, சமுதாயம் சார்ந்த தமிழுணர்ச்சி என்று நேற்றே குறிப்பிட்டேன். இந்த இரண்டு தமிழுணர்ச்சிகளும் அவ்வப்போது சந்தித்தன; சிலநேரங்களில் மோதின. உணர்ச்சி வயப்படாமல் சாதாரணமாக அறிவியல் நோக்கில் செய்திகளைப் பார்க்கின்ற ஒருவனுக்கு இதில் வியப்புக்கு உரியது ஒன்றுமில்லை. மேலும் சொன்னால் சமய அடிப்படையில் ஏற்பட்ட தமிழுணர்ச்சியின் சொந்தக்காரர்களும் அறிவியல் அடிப்படையில் ஏற்பட்ட தமிழுணர்ச்சியின் சொந்தக்காரர்களும் ஏதோ சில நேரங்களில் கை கோத்துப் போகலாமே தவிர நிரந்தரக்கூட்டு அங்கே அமைய முடியாது. இதை நாம் தெளிவுபடுத்திக் கொள்ள வேண்டும். இதே நேரத்தில் தனித் தமிழ்வாதிகள், தனித் தமிழ் இயக்கவாதிகள் செய்த ஆக்கப் பணிகளை நாம் சற்றும் குறைத்து மதிப்பிடக் கூடாது. அதையும் கூடவே சொல்லுகிறோம். தமிழ் வாழ்க என்று வெறும் பேச்சோடு அவர்கள் நிறுத்திக்கொள்ளவில்லை.

மொழிபெயர்ப்பு, சொல்லாக்கம் முதலான பல ஆக்கப் பணிகளை அவர்கள் செய்து வருகிறார்கள். சமுதாயச் சீர்திருத்தத்திலுங்கூட, அவர்கள் முன்நின்று முனைந்து பாடுபட்டிருக்கிறார்கள். அதே நேரத்தில் மொழி வளர்ச்சி பற்றி, நாம் பின்னால் இதுபற்றித் தெளிவாகப் பார்க்க இருக்கிறோம். மிகத் தீவிரமான சிந்தனைகளை நாம் முன்வைக்கும் பொழுது அவர்கள் அதை உடன்பட்டு ஏற்றுக்கொள்ளவில்லை. ஒரு சிறு குறிப்பு எழுத்துச் சீர்திருத்தம் - இன்று அரசு நடைமுறைப்படுத்தி ஏற்றுக் கொண்ட அந்த எழுத்துச் சீர்திருத்தம் தனித் தமிழியக்க வாதிகளால் ஏற்றுக் கொள்ளப்படவில்லை. அது அவர்களுக்கு உடன்பாடும் இல்லை. பெரியார் அவர்கள் அறிமுகப்படுத்திய இந்த எழுத்துச் சீர்திருத்தம் அறிவியல் மனப்பாங்கு கொண்ட எவருக்கும் எளிதில் வரவேற்கத்தக்கதாகவே உள்ளது. இப்படிப்பட்ட முரண்பாடுகளுக்கு முதன்மைக் காரணம் சமயஞ்சார் தமிழுணர்ச்சியும் அறிவியல் அடிப்படையில் ஏற்பட்ட தமிழுணர்ச்சியும் தோன்றிய பின்னணிகள் வேறு வேறு என்பதுதான். வேறுவேறு பின்னணிகளிலிருந்து இவர்கள் வந்திருப்பதனால் முழுக்க முழுக்க கருத்து ஒருமையை இவர்களிடம் நாம் காணமுடியாது. எதிர்பார்க்கத் தேவையும் இல்லை. உலகம் முழுவதும் ஒரே முகமாக இருந்தால் வாழ்க்கை சலித்துப் போய்விடும். கருத்து வேறுபாடுகள் இருக்கத்தான் வேண்டும். இருப்பது இயற்கை. கருத்து வேறுபாடுகள் இருக்கட்டும். ஆனால் அந்தக் கருத்து வேறுபாடுகட்கிடையே இருக்கின்ற நாகரிகத்தை நாம் போற்றி மதிக்கிறோம். ஆம்! அந்த நாகரிகம் மனித நாகரிகம். அது தேவையான நாகரிகம்.

இந்த அடிப்படையோடு என்னுடைய உரையைத் தொடர்ந்து நிகழ்த்த விரும்புகிறேன்.

தமிழ் உணர்ச்சி என்று சொல்லும் பொழுதெல்லாம் - நேற்றே சொன்னேன். தமிழ் என்று சொல்லும்பொழுது அதற்கு எத்துணைப் பொருள்கள் விளைந்தன என்று. அந்தந்தப் பொருள் ஏற்பட்டதற்கெல்லாம் காரணம் அவ்வக் காலங்களில் ஏற்பட்ட இலக்கியங்களின் பாடுபொருளுக் கேற்பத் தமிழுக்கு அந்தப் பொருள் விளைந்திருக்கிறது. தமிழுக்குச் சங்ககாலத்தில் வீரம் என்று ஒரு பொருளும்

அகப்பொருள் என்று ஒரு பொருளும் விளைந்ததாகச் சொன்னேன். காரணம் சங்க இலக்கியங்கள் அகம் சார்ந்ததாகவும் புறம் சார்ந்ததாகவும் இருந்தன என்பதே. ஞானசம்பந்தர் காலத்தில் நாளும் இன்னிசையால் தமிழ் பரப்பும் ஞான சம்பந்தன் என்று பாடும்போது தமிழ் என்றால் தெய்வம் என்று பொருள் விளைகிறது என்று பார்த்தோம். காரணம் அந்தக் கால கட்டத்தில் சைவ இலக்கியங்கள் இலக்கியப் பாடுபொருளாக மேலும் வளர்ந்தன. அதனால் தமிழின் பொருள் தெய்வம், சமயம் என்று ஆயிற்று. திருமந்திர காலத்தில் இறைமையைப் பற்றி மட்டுமே அவர் மற்ற அடியார்கள் போலல்லாமல் வேறுபட்டு,

என்னை நன்றாக இறைவன் படைத்தான்
தன்னை நன்றாகத் தமிழ் செய்யுமாறே

என்று பாடுகிறார். அந்தச் சூழலில் தமிழ் என்றால் இறைமை என்று பொருள் விளைகிறது என்று பார்த்தோம்.

இவ்வளவுக்கும் காரணம் இலக்கியத்தில் உள்ள பாடுபொருள். அப்படியென்றால் தமிழ் என்றாலே நாம் எல்லாம் இதுவரை கருதிக்கொண்டிருந்தது தமிழிலுள்ள இலக்கியங்களை. அந்த எண்ணத்தில்தான் தமிழைப் பார்த்திருக்கிறோம்.

தமிழ் வளர்ச்சி என்று பார்க்கும்போது அந்த எண்ணத்தின் தொடர்ச்சி ஓட்டமாக மேலும் சில செய்திகளைச் சொல்லி விடுகிறேன். தமிழ் வளர்ச்சியைத் தனி மனிதர்கள் மட்டும் ஆக்கிவிடவில்லை. பல அமைப்புகள், பல சங்கங்கள், பல நிறுவனங்கள், அரசு அமைப்புகள், பத்திரிகைகள், பதிப்பகங்கள், இதழ்கள் இப்படிப் பல்வேறு குழுக்கள் தம்மாலான வளர்ச்சிப் பணிகளை அவ்வப்போது தொடர்ந்து செய்து வந்திருக்கின்றன. இவற்றைப் பற்றியெல்லாம் விரிவாகத் தனியே பல நூல்கள் வெளி வந்திருக்கின்றன. அவற்றை நான் பட்டியல் போட்டுச் சொல்லி உங்கள் பொறுமையைச் சோதிக்க வேண்டியதில்லை.

இந்தச் சங்கங்களில் சிலவற்றையாவது இங்கே நான் குறிப்பிடவேண்டும். சங்கங்கள் நிறுவனங்கள் என்று நான் குறிப்பிட்டவற்றில் அரசு சார்பு இல்லாத அமைப்புகளில் சிலவற்றைக் குறிப்பிடுகிறேன்.

மதுரைத் தமிழ்ச் சங்கம்
கரந்தைத் தமிழ்ச் சங்கம்
சைவசித்தாந்த நூற்பதிப்புக் கழகம்

இவற்றைப் பற்றி உங்களுக்கே தெரியும். நான் தனியே விளக்கம் ஒன்றும் தர வேண்டியதில்லை.

திருநெல்வேலி தமிழ்ச் சங்கம்
தென்காசித் திருவள்ளுவர் கழகம்

இந்தத் திருவள்ளுவர் கழகத்தார் அடிக்கடித் திருக்குறளைப் பற்றிச் சொற்பொழிவுகளுக்கு ஏற்பாடு செய்து அரிய மலர்களை வெளியிட்டு அரும்பணியாற்றியிருக்கிறார்கள்.

புதுக்கோட்டையில் வள்ளுவர் கழகம் என்று ஒன்றைத் தொடர்ந்து அண்ணலார் அவர்கள் சிறப்பாகக் குறிப்பிடத் தக்க முறையில் நடத்தி வருகிறார்கள். அண்ணலார் அவர்களுடைய இயற்பெயர் பு.அ.சுப்பிரமணியனார். அவரை எல்லாரும் அன்போடு அண்ணலார் என்றே அழைக்கிறார்கள். மாதந்தோறும் தமிழகத்தில் உள்ள அறிஞர்களையும் பெரியவர்களையும் அழைத்துச் சிறந்த சொற்பொழிவு நிகழ்ச்சிகளை இவர் நடத்தி வருகிறார்.

இராசபாளையத்தில் மணிமேகலை தமிழ் மன்றம் என்று ஓர் அமைப்பு இருக்கிறது. இந்த மன்றத்தினரும் அவ்வப்போது பல ஆக்கப் பணிகளைச் செய்து வருகிறார்கள்.

தமிழ்நாட்டில் உள்ள தமிழகப் புலவர் குழுவைப்பற்றி உங்களுக்கு நன்றாகத் தெரியும். முத்தமிழ் காவலர் கி.ஆ.பெ. அவர்களின் தனிப்பெரு முயற்சியால் இந்தக் குழு உருவாகிப் பணிபுரிந்து வருகிறது.

இங்கே சென்னையில் சென்னைத் தமிழ்ச் சங்கம் என்று ஓர் அமைப்பு இருந்தது. இடையிலேயே அது சில இடர்ப்பாடுகளை எதிர்கொண்டது. மீண்டும் தொடர்ந்து அந்தச் சங்கம் நடந்து வருகிறது. அவர்கள் கலைச் சொல்லாக்கக் குழு ஒன்றை அமைத்துக் கலைச் சொல்லாக்கப் பணியிலும் ஈடுபட்டிருந்தார்கள்.

உலகத் தமிழ்க் கழகம் என்று ஓர் அமைப்பு 6.10.1968இல் தோற்றுவிக்கப்பட்டது. மொழி ஞாயிறு தேவநேயப்பாவாணர் அதன் தலைவர். தனித்தமிழ் ஆர்வலர்களின் கழகம் அது. பாவாணரைப்பின்பற்றி ஒரு வாழ்க்கை நெறியையே, அமைத்துக்கொண்டவர்கள். பாவாணர் மொழிக் குடும்பம்

என்று ஓர் அமைப்பை உருவாக்கி அவர்களும் தமிழுக்கு வேண்டிய பல ஆக்கப் பணிகளை அவ்வப்போது செய்து வருகிறார்கள்.

உலகத் தமிழ்ப் பண்பாட்டு இயக்கம் என்று ஓர் இயக்கம் அண்மையில் உருவானது. அந்த இயக்கம் உலகத் தமிழ் மாநாடு போல உலகிலுள்ள பல்வேறு நாடுகளிலும் சில மாநாடுகளை நடத்தத் திட்டமிட்டு இயங்கி வருகிறது. தமிழகத்தில் முதல் மாநாடு நடந்தது. அந்த மாநாடு உலகத் தமிழ் மாநாடு போலப் பெரிய அளவுக்கு விளம்பரமாகவில்லை என்றாலும்கூட அது குறிப்பிடத்தக்க ஒரு நன்முயற்சி என்பதில் ஐயமில்லை. மோரிசு அல்லது மோரிஷஸ் என்ற நாட்டில் நடந்த உலகத் தமிழ்ப் பண்பாட்டு மாநாட்டிற்கு நம் நாட்டிலிருந்து பெரியவர்களும் அறிஞர்களும் போய் வந்தார்கள். இந்த மாநாட்டை ஒட்டி ஒரு மலர் வெளியிடப்பட்டது. உலகத் தமிழ்ப் பண்பாட்டு இயக்கத்தின் நினைவாக மலரொன்றை மோரிசுத் தமிழர்கள் வெளியிட்டிருக்கிறார்கள்.

தமிழ்நாட்டுத் தமிழர் பேரவை என்று ஓர் அமைப்பு அண்மையில் தோன்றியிருக்கிறது. டாக்டர் நா. மகாலிங்கம் அவர்களைத் தலைவராகக் கொண்டு இந்த அமைப்பு இயங்கி வருகிறது. சேரன் கொற்றம் என்று ஓர் அமைப்பு எங்கும் தமிழ் எதிலும் தமிழ் என்று கோவைப் பகுதியில் ஓர் இயக்கத்தையே நடத்தியது.

தமிழியக்கம் என்ற தலைப்பில் பாவேந்தர் வழங்கிய நூல் நமக்கெல்லாம் தெரியும். அந்த நூல் ஊட்டிய உணர்ச்சியின் அடிப்படையில் தமிழியக்கம் என்று ஓர் அமைப்பை 1970-71-இல் டாக்டர். இளவரசு அவர்கள் தஞ்சையில் தொடங்கினார். அந்த இயக்கம் தமிழியக்கம் என்றே ஒரு திங்களிதழையும் நடத்தி வருகிறது.

உலகத் தமிழின் முன்னேற்றக் கழகம் என்று ஓர் அமைப்பு உள்ளது. தமிழ் வளர்ச்சிக் கழகம் கலைக் களஞ்சியத்தை வெளியிட்ட கழகம் என்பது உங்களுக்குத் தெரியும். உலகத் தமிழ்ச்சங்கம் என்ற ஓர் அமைப்பை நிறுவுவதாக நம்முடைய தமிழக அரசு அறிவித்திருக்கிறது.

இனி உலகத் தமிழாராய்ச்சி மன்றம் என்ற அமைப்பைப் பற்றிச் சிறப்பாகக் குறிப்பிட வேண்டும். இது தனிநாயக அடிகள் காலத்தில் 1964இல் நிறுவப்பட்டது. அந்த

அமைப்பின் முயற்சியால்தான் உலகத் தமிழ் மாநாடுகள் நடக்கத் தொடங்கின. இன்று இருக்கின்ற உலகத்தமிழ் ஆராய்ச்சி நிறுவனமுங்கூட அந்த அமைப்பின் முயற்சியி லிருந்து விளைந்த ஒரு விளைவு என்றே சொல்லலாம். அந்த அமைப்பு ஒரு தனி மன்றமாகப் பதிவு செய்யப்பட்டது. அதன் மூலம்தான் உலகத்தமிழ் ஆராய்ச்சி நிறுவனம் உருவாகிச் செயல்பட்டுக்கொண்டிருக்கிறது. இந்தியப் பல்கலைக்கழகத் தமிழ் ஆசிரியர் மன்றம் என்ற அமைப்பு டெல்லியில் கீழைக்கலையியலாளர் மாநாடு ஒன்று நடந்தபோது உருவாயிற்று. இதன் தொடர்ச்சியாகப் பின்னால் இந்தியப் பல்கலைக்கழகத் தமிழாசிரியர் மன்றம் என்ற ஓர் அமைப்பு உருவாயிற்று.

கலை இலக்கியப் பெருமன்றம் என்ற ஓர் அமைப்பை **இந்தியக் கம்யூனிஸ்ட்** நண்பர்கள் தொடங்கி நடத்துவது உங்களுக்குத் தெரியும். முற்போக்கு எழுத்தாளர் சங்கம் என்று இன்னொரு அமைப்பு உள்ளது.

நாட்டுப் புறவியல் கழகம் என்று ஓர் அமைப்பு அண்ணாமலைப் பல்கலைக்கழகத்தில் டாக்டர். ச. அகத்திய லிங்கனார் முயற்சியில் நாட்டுப்புறவியல் என்று ஓர் ஆய்வி தழை வெளியிட்டு வருகிறது.

இதற்கு முன்பே இந்தியத் தமிழ் மொழியியல் கழகம் டாக்டர். அகத்தியலிங்கனார் முயற்சியில் உருவாகி மொழி யியல் என்று ஓர் ஆய்விதழை வெளியிட்டு வருகிறது.

ஆசிரியர் நூற்பதிப்புக் கழகம் என்று சென்னையில் ஓர் அமைப்பு இருந்தது. அந்தக் கழகம் தமிழ்ப் புலவர் பெரு மக்களின் காலங்களை அடைவுபடுத்திக் காலக் குறிப்பு அகராதி என்று ஓர் அகராதியை வெளியிட்டிருக்கிறது. அதற்கு நிகராக அல்லது மாற்றாக வேறு ஒரு நூலைக் குறிப்பிட முடியவில்லை. இப்படிப்பட்ட அரிய பணியை அவர்கள் செய்திருக்கிறார்கள். 1960இல் நூலை வெளியிட்ட அந்தக் கழகம் அப்போது சென்னைப் பல்கலைக்கழகத்தில் பணியாற்றிய டாக்டர் மா. இராசமாணிக்கனார் அவர்களிடம் முன்னுரை பெற்றிருப்பது குறிப்பிடத்தக்கது.

நான் சற்று முன் குறிப்பிட்ட சென்னைத் தமிழ்ச் சங்கம் கலைச்சொல்லாக்கக் குழு என்று ஒரு குழுவையே அமைத்துத்

திருவாளர் இ.மு. சுப்பிரமணியப்பிள்ளை அவர்களுடைய முயற்சியில் கலைச் சொல்லாக்க மாநாடு ஒன்றைக்கூட நடத்தியது. பல இடர்ப்பாடுகளுக்கிடையே அவர்கள் தொட்ட பணிகளை நிறைவேற்றியிருக்கிறார்கள்.

பாரதிதாசனார் அவர்கள் உலகத் தமிழ்க் கவிஞர் பெரு மன்றம் என்று ஓர் அமைப்பைத் தம் இறுதிக் காலத்தில் உருவாக்கினார்கள். அந்த அமைப்பு இன்றும் கவிஞர் பொன்னடியான் அவர்களுடைய முயற்சியில் தொடர்ந்து இயங்கி வருகிறது.

திராவிட மொழியியல் கழகம் என்று ஓர் அமைப்பு திருவனந்தபுரத்தில் டாக்டர். வி.ஐ.சுப்பிரமணியனார் முயற்சி யில் உருவாயிற்று. அந்த அமைப்பு ஐ.ஜேடிஎல் (IJDL) என்று ஓர் ஆய்விதழை வெளியிட்டு வருகிறது.

இனி அண்மையில் தமிழக அரசு எழுத்துச் சீர்திருத்தக் கொள்கையை ஏற்று ஆணை பிறப்பித்தபிறகு இங்கே எழுத்துச் சீர்திருத்த இயக்கம் என்று ஓர் அமைப்பு சென்னையில் டாக்டர் வா.செ. குழந்தைசாமி அவர்கள் தலைமையில் இயங்கி வருகிறது.

இங்கே இயங்கி வருகின்ற மாணவர் மன்றம் பற்றி உங்களுக்குத் தெரியும். குழந்தை எழுத்தாளர் சங்கம், வாசகர் வட்டம், இலக்கிய வட்டம், அகில இந்தியத் தமிழ் எழுத்தாளர் சங்கம், தமிழ் வட்டம், வட்டத்தொட்டி, நண்பர் வட்டம், இலக்கியவீதி, இலக்கியச் சிந்தனை இப்படிப்பட்ட பல்வேறு அமைப்புகள் தம்மால் இயன்ற தமிழ்ப் பணிகளைச் செய்து வருகின்றன.

இவற்றோடுகூடச் சமயம் சார்ந்த ஜைன இளைஞர் மன்றம், இஸ்லாமிய இலக்கியக் கழகம், கிறிஸ்துவ இலக்கியக் கழகம் ஆகிய இந்த இலக்கியக் கழகங்களும் பல்வேறு வகைப் பணிகளைச் செய்து வருகின்றன.

இனி ஆங்காங்குச் சில கையெழுத்துப் பத்திரிகைகள் இயற்றிய பணிகளையும் இப்போதும் இயற்றி வரும் பணிகளையும் நாம் இங்கு நினைக்க வேண்டும். தனிச்சுற்றுக்கு என்று மட்டும் வெளிவரும் சில இதழ்களும் இங்கே நாம் நினைக்கத்தக்கவை.

நக்கீரர் கழகம் போலச் சில கழகங்கள் புலவர் தேர்வுக்குப் படிக்க விரும்புவோர்க்கு வகுப்புகள் நடத்தித் தமிழ் வளர்ச்சிக்கு உதவி வருகின்றன. இப்படியெல்லாம் தனிப்பட்ட சங்கங்களும் அமைப்புகளும் பல்வேறு வகையான ஆக்கப் பணிகளைச் செய்து வருகின்றன.

அரசு சில நிறுவனங்களை நிறுவி அதன் மூலம் வளர்ச்சிப் பணிபுரிவது பற்றி நாளை சற்று விரிவாகப் பார்ப்போம்.

அண்மைக் காலத்தில் வெளிவந்த சில அரிய நூல்களைப் பற்றியும் இங்கே நான் குறிப்பிடுவது பொருந்தும்.

பழந்தமிழ் நூற் சொல்லடைவு என்ற ஒரு சொல்லடைவினைப் பாண்டிச்சேரியில் உள்ள பிரஞ்சு இந்தியக் கலைக் கழகம் வெளியிட்டிருக்கிறது. எந்தச் சொல் வரவில்லை. எந்தச் சொல் சங்க இலக்கியங்களில் பயின்று வந்தது, என்பன போன்ற திட்டவட்டமான நுண்ணிய ஆராய்ச்சிக்கெல்லாம் இப்படிப்பட்ட சொல்லடைவுகள் நமக்குத் தேவைப்படுகின்றன. சங்க இலக்கியங்கள் முழுமைக்கும் பிரஞ்சு இந்தியக் கலைக் கழகத்தார் சொல்லடைவை மிக முயன்று உருவாக்கி மூன்று தொகுதிகளாக வழங்கியிருக்கிறார்கள். இந்தப் பணி 1970இல் நிறைவேறியிருக்கிறது.

முதன் முதலாக வி.ஐ. சுப்பிரமணியனார் அவர்கள் - இப்போது தமிழ்ப் பல்கலைக்கழகத் துணைவேந்தராக இருப்பவர் புறநானூறு என்று நூலுக்குச் சொல்லடைவை உருவாக்கி 1962இல் வெளியிட்டார்.

திராவிட மொழிச் சொற்பிறப்பகராதி (DED) என்ற நூலைப் பற்றி உங்களுக்குத் தெரிந்திருக்கும். திராவிட மொழியியல் ஆராய்ச்சிக்கு அந்த நூல் மிக இன்றியமையாத ஒன்று. அந்த நூல் 1961இல் வெளி வந்தது.

பிறமொழிகளைத் தமிழோடு தொடர்புபடுத்தி ஆராய் கின்ற ஆராய்ச்சி தொடர்ந்து அங்கொன்றும் இங்கொன்று மாக நடந்து வந்தாலும்கூட அது ஆய்வாளர்கட்கு ஆர்வ மூட்டுவதாகத் தொடர்ந்து நடந்து வந்திருக்கிறது என்பதை நான் இங்கே குறிப்பிட விரும்புகிறேன்.

யாழ்ப்பாணத்தில் தமிழும் அதன் தோற்றமும் - என்ற ஒரு நூலை வெளியிட்டிருக்கிறார்கள். தமிழ்மொழி எப்படி

கிரேக்க லத்தின் மொழிகளோடு தொடர்புள்ளது என்று இந்த நூல் விளக்கிக் காட்டுகிறது. இப்படிப்பட்ட முயற்சி இங்கே ஞானகிரி நாடார் என்பவராலும் மேற்கொள்ளப்பட்டுள்ளது. அவர் தமிழ் ஐரோப்பிய மொழி ஆய்வு என்ற தலைப்பில் ஒரு சிறு நூலை வெளியிட்டிருக்கிறார்.

திராவிட மொழிக்கும் பாஸ்க் மொழிகளுக்கும் உள்ள தொடர்பு பற்றி ஆராய்ந்து டாக்டர் என் லகோவரி என்பார் 1963இல் ஒரு நூலை வெளியிட்டார்.

இந்தோ ஆரியமொழிகள், நடுத்தரைக் கடலோர மொழிகள், எத்துருஸ்கன், மைதன்னி, சுமேரியன், எலமைட், நூபியன், உலாப், உராலிக் மொழிகள் - முதலான பல்வேறு மொழிகள் திராவிட மொழிகளோடும் சிறப்பாகத் தமிழோடும் ஒத்திருப்பது பற்றி ஏராளமான ஆய்வுகள் வெளிவந்துள்ளன.

இவற்றிடையே அண்மையில் வெளிவந்த தமிழ் ஜப்பானிய மொழியாய்வு இங்கே சிறப்பாகக் குறிப்பிடத் தக்கது. ஜப்பானிய அறிஞர் பேராசிரியர் ஓனோ அவர்கள் சென்னைப் பல்கலைக்கழகத்தில் டாக்டர் பொற்கோ அவர் களின் வழிகாட்டுதலோடு நிகழ்த்திய தமிழ் ஜப்பானிய ஒப்பாய்வு திராவிட ஜப்பானிய மொழியுறவை உறுதிப்படுத்து வதாகவும் மேலும் இந்த ஆய்வைத் தூண்டுவதாகவும் அமைந் துள்ளது.

இப்படிப்பட்ட அரிய ஆய்வுகள் தொடர்ந்து நிகழ்ந்து வருவது உலக அரங்கில் நமக்கு வலிமை சேர்ப்பதாக அமைகிறது.

நாம் எல்லாரும் தமிழ் ஆய்வு என்றாலே மறவாமல் குறிப்பிடத்தக்க இரண்டு பணிகள் தமிழ்ப் பேரகராதியும் தமிழ்க் கலைக் களஞ்சியமும் என்று சொன்னால் தவறாகாது. தமிழ்ப் பேரகராதி சென்னைப் பல்கலைக்கழகத்தின் அரும்பணி, கலைக் களஞ்சியம் தமிழ் வளர்ச்சிக் கழகம் வழங்கிய செல்வம்.

மற்ற இந்திய மொழிகளில் இத்தகைய பணிகள் நினைக்கப் பெறாத காலத்திலேயே தமிழ்ப் பேரகராதியும் கலைக் களஞ்சியமும் இங்கு நிறைவேற்றப் பெற்றது, நமக்குக் கிடைத்த ஒரு தனிச் சிறப்பு.

இவற்றோடு சிறப்பு மிக்க சில ஆய்விதழ்களைப் பற்றியும் இங்கே குறிப்பிட வேண்டும். தனிநாயக அடிகளார் முயன்று நடத்திய 'தமிழ்ப் பண்பாடு' என்ற ஓர் ஆய்விதழ், வான மாமலை அவர்கள் நடத்திய ஆராய்ச்சி என்ற ஆய்விதழ், பல ஆய்வறிஞர்களின் துணையோடு டாக்டர். பொற்கோவும், திரு. அ. மெய்யப்பனும் நடத்தி வரும் புலமை என்ற ஆய்விதழ் - முதலானவை ஆற்றியுள்ள தமிழாய்வுப் பணிகள் குறிப்பிடத் தக்க சிறப்புக்குரியன. இவற்றில் புலமை மட்டுமே 1974 முதல் தொடர்ந்து நடந்து வருகிறது.

இனி நிறுவனங்களும் பல்கலைக்கழகங்களும் வெளி யிடும் ஆய்விதழ்களைப் பற்றியும் நாம் இங்கே எண்ணிப் பார்க்க வேண்டும். தமிழியல் என்ற ஆய்விதழை உலகத் தமிழ் ஆராய்ச்சி நிறுவனம் வெளியிட்டு வருகிறது. தமிழ்ப் பண்பாடு என்ற இதழே இவ்வாறு பெயர் மாற்றம் பெற்று உலகத் தமிழாராய்ச்சி நிறுவனத்தின் பொறுப்பில் வெளிவந்து கொண்டிருக்கிறது.

தமிழாய்வு, உயராய்வு ஆகிய இரண்டு இதழ்கள் சென்னைப் பல்கலைக்கழகத்திலிருந்து வெளிவருகின்றன. களஞ்சியம் என்ற பெயரில் மதுரை காமராசர் பல்கலைக்கழகம் ஓர் ஆய்விதழைச் சில காலம் வெளியிட்டு வந்தது.

இத்தகைய பணிகளும் ஒரு பக்கம் நடந்துகொண்டிருக் கின்றன. தமிழ் வளர்ச்சி என்பது இவற்றோடு முடிந்து விட்டதா? தமிழ் வளர்ச்சி என்பது இத்தகைய பணிகள்தானா? இப்படிப்பட்ட வினாக்கள் நம்முள் எழுவது இயல்பு.

மிகுதியான புத்தகங்களை எழுதிவிட்டால் - எண்ணிக் கையில் மிகுதியான புத்தகங்களை எழுதியதற்காக மட்டுமே ஒருவரை நாம் அறிஞர் என்று ஏற்றுக்கொள்வதில்லை. அதைப் போல இப்படி மிகுதியான மன்றங்களும், சங்கங்களும் அமைந்து மிகுதியான நூல்களும், வெளியீடுகளும் வெளிவந்து விட்டால் மட்டுமே தமிழ் வளர்ச்சி பெற்று விட முடியும் என்று முடிவு செய்ய முடியாது. அதை நம்மால் உணர முடிகிறது. அந்த உண்மை நம் மனத்துக்குத் தெரிகிறது. ஆனாலும் இந்தப் பணிகளை நாம் சற்றும் குறைத்து மதிப்பிடவில்லை.

உண்மையான வளர்ச்சிப் பணிகள் எந்தப் போக்கில், எந்தத் திசையில், எந்த முறையில் நடக்க வேண்டும்? அதைப்

பற்றி நாம் சற்று ஆழமாக எண்ணிப் பார்க்க வேண்டும். இப்படி எண்ணிப் பார்க்கும்பொழுதே கவிஞர்களின் குரல்கள் நம் காதில் ஒலிக்கின்றன. கவிஞர்கள் வாழ்க்கை வளர்ச்சிக்கும் வரலாற்றுத் திருப்பத்துக்கும் முன்னோடிகளாக விளங்கு பவர்கள்.

டாக்டர் வா. செ. குழந்தைசாமி அவர்கள் 'வளர்க தமிழ்' என்று கவிதைத் தொகுப்பு ஒன்றை வெளியிட்டிருக்கிறார். இந்த நூலின் சில பாடல்கள் புதுமையாகவும் நம் சிந்தனை யைத் தூண்டுவனவாகவும் அமைந்துள்ளன. ஒரு சில பாடல்களை இங்கு நான் குறிப்பிடுவது பொருத்தமாக இருக்கும் என்று கருதுகிறேன்.

"வளர்க தமிழ் வாழ்க தமிழ் என்பீர் கூடி
வழுத்துவதால் தமிழ்வளர வசிட்டராநீர்?"
தமிழ் வாழ்க: தமிழ் வளர்க என்று
நீங்கள் சொல்லி விட்டால் நமது தமிழ்
உடனே வளர்ந்து விடுமா?

"அளவிலது பழம்பெருமை புகழ்வீர் வையம்
அறியும்படி எடுத்தோத அறிந்தோமில்லை."
உங்களுக்குள்ளேயே சொல்லிக்கொண்டால் எப்படி? உலகம் அறியும் வழி எடுத்து ஓத அறிந்தோமில்லையே! தமிழ்ப் புகழை மற்ற இடங்களுக்கும் பரப்புகின்ற வழிகளை நாம் உருவாக்கிக் கொள்ளவில்லை.

**உளதரிய கலைப்புதையல் எனினும் அண்டை
உள்ளவனும் உணர்ந்தேத்த உரைத்ததில்லை.**

அண்டை உள்ளவன் யார்? அவனுக்கெல்லாம் நம் பெருமை தெரியுமா? ஒரு மலையாளிக்குத் தெரியுமா? ஒரு தெலுங்கனுக்குத் தெரியுமா? ஒரு கன்னடியருக்குத் தெரியுமா? அவர்கள் மொழிகளில் மொழிபெயர்த்துத் தமிழைப் பற்றி அவர்களிடம் எடுத்து விளக்கியிருக்கிறோமா? செய்யவில்லை.

**குளமுறையும் தவளையைப் போல் நமக்கு நாமே
குலப்பெருமை பேசுவதும் கொடுமையன்றோ!**

இப்படிப் பெருமை பேசிக்கொண்டிருந்த நாம் தமிழ்ப் பெருமையோடு நிறுத்தினோமா? இல்லை. தமிழ்ப் பெருமை யோடு அது நிற்கவில்லை. குலப்பெருமை வரையில் போகிறது. எல்லாச் சாதிக்காரர்களும் தங்கள் தங்கள் சாதிகளை ஒன்று

கடவுளோடு தொடர்புபடுத்துகிறார்கள் அல்லது அரசர் களோடு தொடர்புபடுத்துகிறார்கள். ஒவ்வொரு சாதிக்காரரும் தன் சாதியைப்பற்றிய கதை மட்டும் உண்மை என்று நம்புவ தோடு மற்ற சாதிகளுக்கும் இப்படிக் கதைகள் இருக்கின்றன என்ற செய்தியைக்கூடத் தெரிந்துகொள்ளாமல் ஒருவித மாயையில் சிறைப்பட்டுக் கிடக்கிறார்கள். இப்படிப்பட்ட பெருமைகளைப் பேசியும் கேட்டும் நாம் மகிழ்ந்து மகிழ்ந்து பழகிவிட்டோம். மீண்டும் கவிஞரின் பாடலுக்கு வருவோம்.

வாழ்ந்தபழந் தமிழரெழு
கடலில் தங்கள்
வணிகர்கலம் ஓடியநாள்
எண்ணி றந்த
ஆழ்ந்தகலைத் திறமுடையார்
சங்கம் கூடி
அறிவுவளம் பெருக்கியநாள்
தமிழ் வளர்த்தார்
சூழ்ந்தமர்ந்து சிந்திப்பீர்
உணர்ச்சி குன்றிச்
சுடர்மங்கி நிற்கின்றோம்
உலக மன்றில்.

உலக மன்றில் சுடர்மங்கி நிற்கின்றோம். இங்கு நன்றாகவே மிகுதியாகவே பேசுகிறோம். எல்லாரும் நம்மவர்கள் என்றிருக்கும்போது உலக மன்றில் இவன் ஜெர்மனிக்காரன், இவன் இங்கிலாந்துக்காரன், இவன் அமெரிக்காக்காரன், இவன் ரஷ்யன், இவன் ஜப்பானியன் என்று பல நாட்டினரும் பல மொழியினரும் வீற்றிருக்கிற அப்படிப்பட்ட மன்றில் எதைப் பேசிப் பெருமை கொள்ளப் போகிறோம்?

உலக மன்றில்
சுடர்மங்கி நிற்கின்றோம்.

இங்கே நாம் பெருமை பேசுவதும், பெருமை பேசக் கேட்பதுவும் பழக்கமாகிவிட்ட ஒன்று. நான் முன்பே சொன்னேன். திரும்பத் திரும்ப அதை நினைவிற் கொள்ள வேண்டும். பழமையைப் பேண வேண்டும், போற்ற வேண்டும். பழமையை வழிபடக்கூடாது. அதை மீண்டும் மீண்டும் நினைவூட்டுவேன்.

> தாழ்ந்த இனம் உயர்ந்த மொழி
> சமைத்த தில்லை.

மனிதன் தாழ்ந்து போனால் அவனுடைய செயலும் தாழ்ந்து போகும். தாழ்ந்த இனம்! நாம் தாழ்ந்த இனமாகவே இருந்து விட்டால் உயர்ந்த காரியங்களைச் செய்யமுடியாது.

> தாழ்ந்த இனம் உயர்ந்த மொழி
> சமைத்த தில்லை
> தானாக எம்மொழியும்
> வளர்ந்த தில்லை.

சும்மா விட்டுவிடுங்கள் தமிழை: தமிழ் தன்பாட்டுக்கு வளரும் என்று சிலபேர் சொல்வார்கள். தொந்தரவு பண்ணாதீர்கள். சும்மா விட்டுவிடுங்கள். தமிழ் தானாக வளரும் என்பார்கள். முடியாது தானாக எம்மொழியும் வளர்ந்ததில்லை.

> திருக்குறளும் சிலம்பொலியும்
> கம்பன் செய்த
> சித்திரமும் தேவையெலாம்
> தீர்ப்ப துண்டோ?

"தேவையெலாம்" - கவிதையிலே இங்கு அறிவியல் நோக்கம் தென்படுகிறது. கவிதைதான் பாடுகிறார். திருக்குறளும் சிலம்பொலியும் கம்பன் செய்த சித்திரமும் நல்ல நூல்கள்தான். மகிழ்ச்சி. படிப்போம், சுவைப்போம் சரி. இவைமட்டும் நம்முடைய "தேவை எல்லாம்" தீர்த்திடுமோ? தீர்க்கமுடியுமா?

> கருத்துலகப் பூம்பொழிலின்
> விரிவில் கோடி
> கலைமலர்தல் காணீரோ
> அவையனைத்தும்
> திருத்தமிழில் கண்டீரோ?
> அணுயுகத்தைச்
> செந்தமிழில் பார்த்தீரோ?

அணுவைப் பற்றித் தெரிந்துகொள்ள வேண்டும். விண்வெளிப் பயணத்தைப் பற்றித் தெரிந்துகொள்ள வேண்டும். தமிழில் தெரிந்து கொள்ள முடிகிறதா? அவற்றைச் செந்தமிழில் கண்டீரோ?

> மொழி வளர்க்க
> மருத்துவரின் பொறிவலரின்
> அறிவியல் நூல்
> வல்லுநரின் துணைதேட
> வழிசெய் தீரோ?

அவர்கள் மூலமாகத் தமிழ் நூல்கள் வரவேண்டும் என்பதற்கு வழி செய்தீர்களா?

> ஊசி செயும் சிறுதொழிலின்
> நுட்பம் கூற
> ஒருகோடி நூல் வேண்டும்
> தமிழில் இந்தக்
> காசினியில் இன்றுவரை
> அறிவின் மன்னர்
> கண்டுள்ள கலைகளெலாம்
> தமிழில் எண்ணிப்
> பேசிமகிழ் நிலைவேண்டும்
> விண்ணை எட்டிப்
> பிடிக்கிறது மனித இனம்.

மனித இனம் - மனித இனம் விண்ணை எட்டிப் பிடிக்கிறது. இப்படிச் சொல்லும்பொழுது ஒரு புதிய உணர்வு. நாமும் மனிதன் தானே! நாமும் அந்த இனமல்லவா? விண்ணை எட்டிப் பிடிக்கிறது மனித இனம். நாம் ஒன்றும் புழு இனம், புறா இனம், எருமையினமல்ல. விண்ணை எட்டிப்பிடிப்பதும் வேறு இனமல்ல. மனித இனம் விண்ணை எட்டிப் பிடிக்கிறது. ஆனால், நாம் எவ்வளவோ தூரத்தில் இருக்கிறோம். ஒதுங்கி இருக்கிறோம். விண்ணை எட்டிப் பிடிக்கிறது மனித இனம்.

அந்த அளவுக்குத் தமிழ் வளர வேண்டும். தமிழ் உயர வேண்டும் என்ற நோக்கில் மேலும் சொல்லுகிறார்.

> காசினியில் இன்றுவரை
> அறிவின் மன்னர்
> கண்டுள்ள கலையெல்லாம்
> தமிழில் எண்ணிப்
> பேசிமகிழ் நிலைவேண்டும்
> விண்ணை எட்டிப்

> பிடிக்கிறது மனித இனம்
> முன்னோர் செல்வ
> ஆசியிலே வாழ்கின்றோம்
> காலமெல்லாம்
> அதன்பெருமை பேசுகிறோம்
> அவல மன்றோ!

அந்தப் பெருமை - முந்தைய பெருமை. இரண்டாம் நூற்றாண்டுப் பெருமையாக இருந்தால் மகிழ்ச்சி. பத்தாம் நூற்றாண்டுப் பெருமையாக இருந்தால் மகிழ்ச்சி. பதினாறாம் நூற்றாண்டுக்குப் பெருமையா? அதுவும் மகிழ்ச்சி. இருபதாம் நூற்றாண்டில் நாம் வாழும் இந்த நூற்றாண்டில் நாம் என்ன செய்தோம்? நம்முடைய பங்கு என்ன? பழையவற்றைப் பொதி சுமப்பது போல் சுமந்துகொண்டிருப்பது மட்டுந்தான் நம் வேலையா? இப்படி எண்ணிப் பார்க்கும் போதுதான் ஒரு பக்கம் வேகமும் இன்னொரு பக்கம் வேதனையும் நமக்குப் பிறக்கின்றது.

இப்படி அவர் பாடிவிட்டு அதற்குமேலே அந்தக் கவிதைத் தொகுப்பிலேயே பல வழிகளையும் சொல்லுகிறார். இதை நான் இதற்குமேல் இங்கே விரித்துரைக்க விரும்ப வில்லை. இனி இந்த இருபதாம் நூற்றாண்டில் தமிழ் உணர்ச்சி ஏற்பட்டதற்கு ஏற்பத் தமிழில் ஏற்பட்ட மாற்றங்கள் என்னென்ன என்பதைச் சற்று எண்ணிப் பார்த்துவிட்டு அதற்குமேலே போவோம்.

சமுதாயத்தில் நடக்கிற எளிய நிகழ்ச்சிகள், மக்களின் சிந்தனை ஓட்டம் இவற்றுக்கேற்றபடிதான் இலக்கியங்களும் அமைய முடியும். இலக்கியங்களின் பாடுபொருளை ஓரளவுக்கு வடிவத்தையுங்கூடச் சமுதாய நிகழ்ச்சிகளும் மக்களின் சிந்தனை யோட்டமுமே நிர்ணயிக்கின்றன. அந்த இலக்கியங் களைப் படைக்கின்ற ஆசிரியன் தன் இச்சைக்கு அவற்றை நிர்ணயித்து விடவில்லை. நிர்ணயிப்பதாக நினைத்துக்கொண் டிருக்கிறோம்.

சமுதாய ஓட்டத்துக்கேற்றபடி இலக்கியம் மாற வேண்டியிருக்கிறது. இருபதாம் நூற்றாண்டில் தேசிய எழுச்சி ஏற்பட்டதனால் இலக்கியங்களிலே தேசிய எழுச்சியும் தேசிய உணர்ச்சியும் பாடுபொருளாக மிளிரக் காண்கிறோம்.

பகுத்தறிவு உணர்ச்சி பகுத்தறிவு இயக்கம் பெற்ற செல்வாக் கினால் இலக்கியங்களில் நாம் பகுத்தறிவு உணர்ச்சியைப் பார்க்கிறோம். சீர்திருத்தப் போக்கைப் பார்க்கிறோம். அறிவியல் நோக்கைப் பற்றிய உணர்வும் சிந்தனையும் இந்த நூற்றாண்டில் தோன்றியதனால் அவற்றைப் பற்றியும் கவிதைகளில் இப்போது பார்க்கிறோம்.

இலக்கியம் என்று நாம் பார்ப்பதெல்லாம் இந்தச் சமுதாய நீரோட்டத்தின் சிந்தனைப் போக்கின் பிரதிபலிப்பே தவிர இலக்கியப் புலவன் தானே தன் போக்கில், தன் கற்பனையில், தன் இச்சைப்படி வடித்து எடுத்துக் கொடுக் கின்ற ஒன்று அல்ல. இந்த உண்மையை நாம் நன்றாக மனத்தில் பதிய வைத்துக்கொள்ள வேண்டும். சமுதாய நீரோட்டத்துக்கு ஏற்றபடி உருவாக்கப்பட்ட இலக்கியங்கள் தொடர்புடைய இலக்கியங்கள், நிகழ்கால உண்மையோடு தொடர்புடைய இலக்கியங்கள் வாழ்கின்றன. தொடர்பு இல்லாமல் எழுதப் பட்ட இலக்கியங்கள் அடையாளங்காண முடியாமல் சிதைந்து அழிந்து போகின்றன.

சமுதாயப் போக்கிற்கு ஏற்றபடி, சமுதாயச்சிந்தனைக்கு ஏற்றபடி மக்களின் சிந்தனையோட்டத்துக்கு ஏற்றபடி அந்தக் காலச் சூழலின் தேவைக்கு ஏற்றபடி, அமைந்த இலக்கியங்கள் தான் வாழ முடியும் வாழ்கின்றன. இப்பொழுது ஒருகணம் எண்ணிப்பாருங்கள். நான் நேற்றுக் குறிப்பிட்ட தேசிய உணர்ச்சி, சமய உணர்ச்சி சமுதாய உணர்ச்சி - இந்தச் சமய உணர்ச்சியிலேயே சமய மறுமலர்ச்சி உணர்ச்சி ஆகிய இந்த மூன்று உணர்ச்சிகள்தான் இப்பொழுது நாம் காணுகின்ற நாவல்கள், சிறுகதைகள், கவிதைகள், காவியங்கள் இவ்வளவையும் ஆட்கொண்டு நிற்கின்றன.

இதிலிருந்து நாம் புரிந்துகொள்வது இலக்கியங்கள் - இலக்கியங்களைப் படைக்கின்ற புலவர்கள் அல்லது எழுத்தாளர்கள் - இவர்கள் தம் போக்கில் செயல்படுவதாக நினைத்துக்கொண்டிருக்கிறார்களே தவிரத் தம்போக்கில், தம் இச்சைப்படி செயல்பட முடியாது. நாம் இந்த உண்மையை நன்கு உணர்ந்துகொள்ள வேண்டும். மனிதன் சமுதாயத்தில் ஓர் அங்கம். தனிமனிதன் தான் எவ்வளவு பெரியவனாக இருந்தாலும் சமுதாயத்தைவிட்டுத் தன்னை வேறுபடுத்தித் தனிமைப்படுத்திக்கொண்டால் அவன் அழிவுக்குரியவன்.

கடலில் உள்ள ஒரு துளிநீர் எப்படியோ - அது கடலுக்கு உரியதாக இருப்பது எப்படியோ அதைப் போலத்தான் சமுதாயத்தில் ஒரு தனிமனிதன். சமுதாயக் கடலில் ஒவ்வொரு தனிமனிதனும் ஒவ்வொரு துளி. தனிமனிதன் தான் நினைத்த படி எதையும் செய்துவிடமுடியாது. சமுதாய நீரோட்டத் துக்குச் சில நேரங்களில் அவன் கருவியாகிறான். இந்தப் பின்னணியோடு நீங்கள் சிந்தித்துப் பாருங்கள்.

இருபதாம் நூற்றாண்டுத் தமிழ் வளர்ச்சிக்கு யார் காரணம்? அடிப்படை என்ன? இதை நன்கு எண்ணிப் பார்த்தால் இன்று நாம் காணும் இலக்கியங்களில் பெரும்பான்மை இலக்கியங்கள், பெரும்பான்மை இதழ்கள், பெரும்பான்மைக் கவிதைகள், பெரும்பான்மைக் காவியங்கள் இவையெல்லாம் எந்த உணர்ச்சியைப் பாடுபொருளாகக் கொண்டிருக்கிறதோ அந்த உணர்ச்சிதான் இன்றைய சமுதாய உணர்ச்சி. அதை நீங்களே முடிவு செய்துகொள்ளுங்கள். என்னுடைய எண்ணம் இது. சமுதாயச் சிந்தனை சார்ந்த இலக்கியங்கள் - பகுத்தறிவுச் சிந்தனை சார்ந்த இலக்கியங்கள் இவைதான் இந்த நூற்றாண்டில் மிகுதியாக வளர்ந்திருக் கின்றன என்று நான் எண்ணுகிறேன். இந்த எண்ணத்தில் தவறு இருக்கலாம். அப்படியானால், தமிழ் என்பது மக்கள் மொழி ஆன பிறகு தமிழ் வளர்ச்சிக்குப் பெரும் பொறுப்பாளர்களாக இருந்தவர்கள் யார் என்பதை நாம் ஓரளவுக்கு விளங்கிக் கொள்ளுகிறோம். அவ்வப்பொழுது அவரவர் கடமைகள் நிறைவேற்றப்படுகின்றன.

எடுத்துக்காட்டுக்காக இலக்கியங்களில் உள்ள பாடுபொருள்களை டாக்டர். மா. இராமலிங்கம் கருத்தை ஒட்டி வரிசைப்படுத்திப் பார்ப்போம்.

நாவல்களில் பெரும் பகுதியும் பேசப்பட்ட பிரச்சினைகள் பாடுபொருள்கள் என்னென்னவென்று பாருங்கள்.

    கைம்பெண்துயர்
    வரதட்சணைக் கொடுமை
    கலப்புமணம்
    வழுக்கி விழுந்தவர்கள் நிலை

    பக்தியும் பகுத்தறிவும்
    நிகரமை இயல்பு நவிற்சி

காந்திய இயல்பு நவிற்சி
கூட்டுறவு இயக்கம்
சர்வோதயக் கொள்கை
தொழில் மயமாதல்
ஆண் பெண் உறவு
கட்டுப்பாடுகள்
கட்டுப்பாடுகளின் உடைவு
பொருந்தா உறவுகள்
கணவன் மனைவி பிரிவு
உடல் குறைபாடுகள்
காதல்

இப்படிப்பட்டவையெல்லாம் நாவல்களில் நாம் காணுகின்ற பாடுபொருள்கள்.

சிறுகதைகளில் இதேபோல அவ்வளவு விரிவாகச் சொல்ல முடியவில்லை. இருந்தாலும் பொதுவாகச் சிறு கதைகளில் காணும் பொருள்களையும் எண்ணிப்பார்ப்போம்.

கைம்பெண் துயர்
குழந்தை மணம்
மறுமணம்
பொருந்தா மணம்
கலப்பு மணம்
திருமணமும் பிற தடைகளும்
புராண இதிகாசச் செய்திகள்
வரலாற்றுச் செய்திகள்

இப்படிப்பட்ட பாடுபொருள்களைச் சிறுகதைகளில் காணுகிறோம். நாடகங்களில் கூட இப்படிப் பாடுபொருள் களை வகைப்படுத்தினால்,

வரலாற்றுச் செய்திகள்
தனிமனித வரலாறு
விடுதலைப் போராட்டம்
மூடநம்பிக்கை எதிர்ப்பு
பகுத்தறிவுச் சிந்தனைகள்
திருமணச் சிக்கல்
பெண்ணுரிமை
சமுதாயத்தில் காணும் ஊழல்கள்
மிகை உணர்ச்சிக் கனவு

இப்படிப் பல்வேறு பாடுபொருள்களை அங்கே காணுகிறோம்.

இதைப் போலவே கவிதைகளிலும் குழந்தை இலக்கியங்களிலும்கூடப் பல்வேறு பாடுபொருள்களைப் பார்க்கிறோம். இந்தப் பாடுபொருள்களிலெல்லாம் ஓங்கி நிற்கின்ற பாடுபொருள்கள் சமுதாயச் சிந்தனை சார்ந்தனவாகவும் பகுத்தறிவுச் சிந்தனை சார்ந்தனவாகவுமே இருக்கின்றன.

இதுவரையில் நாம் பார்த்ததெல்லாம் இலக்கியத்தில் ஏற்பட்ட மாற்றங்கள். தமிழ் வளர்ச்சி என்று சொன்னவுடன் நாம் என்ன நினைக்கிறோம்? நேற்றே நான் குறிப்பிட்டேன். எதை நாம் நினைக்கிறோம் என்று. அதே போக்கில் இன்று குறிப்பிட வேண்டிய செய்திகளையும் சொன்னேன். ஆனால் தமிழ் வளர்ச்சி என்பது நாவல் வளர்ச்சி மட்டுமா? சிறுகதை வளர்ச்சி மட்டுமா? கவிதை வளர்ச்சி மட்டுமா? பின் எது தமிழ் வளர்ச்சி?

கவிஞர்களைப் பொறுத்தவரையில் என்றுமில்லாத அளவுக்குத் தமிழ்நாட்டில் இந்த நூற்றாண்டில்தான் மிகுதியான கவிஞர்கள் இருக்கிறார்கள். என்றுமில்லாத அளவுக்கு மிகுதியான கவிதைகளும் இந்த நூற்றாண்டில்தான் எழுதப்பட்டுள்ளன - எழுதப்பட்டு வருகின்றன. இது ஒன்றை மட்டும் வைத்துக்கொண்டு தமிழ் வளர்ச்சியில் இதுதான் பொற்காலம் என்று சொன்னால் எளிதில் யாரும் ஒப்புக் கொள்ள மாட்டார்கள். காரணம் என்ன? கவிதை மட்டும் தமிழ் என்றோ இலக்கியம் மட்டும் தமிழ் என்றோ ஒப்புக் கொள்ள நம்மால் முடியவில்லை.

அப்படியானால் எது தமிழ் என்ற ஒரு கேள்வி எழுகிறது: எது தமிழ்? இங்கே உருவக முறையில் ஒன்றைச் சொல்ல விரும்புகிறேன். பல்வேறு சமயங்களில் கருத்து விளக்கத்துக்காக வழக்கமாக நான் சொல்லுகின்ற உருவகந்தான் இது. தாமரைப் பூ இருக்கிறது. இந்தத் தாமரைப் பூவில் பல்வேறு இதழ்கள் இருக்கின்றன. ஒவ்வொரு இதழும் ஓர் அறிதுறையைப் போல. இன்று ஏராளமான அறிதுறைகள் வளர்ந்திருக்கின்றன. ஒவ்வொரு அறிதுறையையும் நாம் தமிழ் மக்களுக்குத் தமிழ் மூலந்தான் அறிமுகப்படுத்த வேண்டியிருக்கிறது - அல்லது புலப்படுத்தவேண்டியிருக்கிறது. ஒவ்வொரு அறிதுறையையும் ஓர் இதழ்போல நாம் நினைத்தால் தமிழ் என்பது தாமரைப் பூப் போல. தமிழ் என்பது அவ்வளவு

பெரியது. தமிழ் என்பது இரண்டாயிரம் ஆண்டுக்கு மேற்பட்ட விரிந்த கால எல்லைக்கு உரிய ஒரு சமுதாய வரலாற்றையே தன்னுள் பொதிந்து வைத்திருக்கின்ற ஒன்று. இன்னும் எதிர்கால வளர்ச்சிக்கு வேண்டிய வித்துகளைக் கூடத் தன்னுள் அடக்கி வைத்துப் பாதுகாத்துக்கொண்டிருக்கின்ற ஒன்று. இதை எண்ணும் போதுதான் கன்னித் தமிழ் என்ற தொடர்கூட நமக்கு விளங்குகிறது. வளர வேண்டிய தமிழ் இது. கிழட்டுத் தமிழல்ல. மலட்டுத் தமிழல்ல. வளர வேண்டிய - வளம் பெற்றிருக்க வேண்டிய தமிழ். வளர்ச்சிக் கூறுகளைத் தன்னகத்தே கொண்டிருக்கிற தமிழ், கன்னித் தமிழ்.

தமிழ் என்பது ஆழமும் அகலமும் உடைய ஒரு பெரிய கடல் போன்றது. இன்னும் அது காலங்கடந்து வளர வேண்டிய ஒன்று. அதை, அவ்வளவு பெரிய ஒன்றை இந்த நாவலுக்குள், இந்தச் சிறுகதைக்குள், இந்தக் கவிதைக்குள் போட்டு அடக்கி ஒடுக்க நினைப்பது மிகப்பெரிய தவறு. இதை நாம் மிக நன்றாகப் புரிந்துகொள்ள வேண்டும். நான் நேற்றே என்னுடைய உரையில் குறிப்பிட்டேன்; யார் எவ்வளவு பெரிய ஆராய்ச்சி செய்தாலும்கூட மக்கள் மனத்தில் நிலைத்து நிற்பது ஏதோ இரண்டொரு கவிதை வரிகள்தான். மொழியில் பூத்து நிற்கின்ற பூப்போல மிகச்சிறந்த இனிய அழகுணர்ச்சி ததும்பிய ஒன்றாகக் கவிதை விளங்குகிறது என்பதில் ஐயமில்லை. அதற்கு உரிய இடம் அதற்கு உண்டு. யாரும் அந்த இடத்தை, மறுக்கவோ பறிக்கவோ முடியாது. ஆனால் பூ மட்டுமே மரம் என்று ஏற்றுக்கொள்ள முடியாது. நல்ல பூக்கள் ஒரு செடியிலிருந்து பூக்கிறது என்பதால் அந்தப் பூ மட்டுமே முழுச் செடி என்று ஏற்றுக்கொள்ள முடியாது. இன்னும் சொன்னால் செடி வளமாக இல்லாமற் போனால் அந்தச் செடியால் நல்ல பூக்களைக்கூட வழங்க முடியாமற் போய்விடும். பூவின் மேல் அக்கறையும் ஈடுபாடும் இருப்பது உண்மையானால் செடியைக் காத்து வளர்க்க வேண்டும்.

அதைப் போலக் கவிதைகள் மட்டுமே தமிழாகிவிடாது. கவிதைகளும் மற்ற இலக்கியங்களும் மேலும் மேலும் வளம் பெற வேண்டுமானால் தமிழ் மொழியும் வளம் பெற வேண்டும். இலக்கியங்கள் மட்டுமே தமிழாகிவிடாது. தமிழ் விரிந்தது, பரந்தது, ஆழமானது, உயரமானது - மிகப் பெரியது.

மறுபடியும் அந்த உருவகத்தை நினைத்துக் கொள்ளுங்கள். தாமரைப் பூவில் இருக்கின்ற ஓர் இதழ்போலத்தான் இலக்கியம் - அது கவிதை, நாவல், சிறுகதை, நாடகம், அகநானூறு, புறநானூறு எதுவாக இருந்தாலும் இன்னும் பல்வேறு இதழ்களைப் போலப் பல்வேறு துறைகள் இருக்கின்றன. அவையெல்லாம் ஒன்று சேர முழுதாகப் பார்க்கும்போதுதான் தமிழ் முழுமையான தமிழாக வளமான தமிழாக இருக்கும். இதை உணர்ந்துதான் பழங்காலத்திலேயே ஒரு பாடலின் மூலம் ஒரு புலவர் ஓர் அரிய செய்தியை வழங்குகிறார். அந்தப் பாடல் தமிழை ஞாயிற்றோடு ஒப்பிட்டுக்காட்டுகிறது. அது ஓர் அருமையான வெண்பா. தமிழை ஞாயிற்றோடு ஏன் ஒப்பிட வேண்டும்? ஞாயிற்றி னுடைய கதிர்களை எப்படி நாம் எண்ண முடியாதோ அப்படி ஒரு மொழியில் வளர வேண்டிய அறிதுறைகளையும் எண்ண முடியாது. மக்களின் அறிவு வளர்ச்சிக்கு ஏற்பப் பல்வேறு துறைகள் விரியும், பரவும், பெருகும். அந்தப் பாடலைப் பாருங்கள்.

ஓங்கல் இடைவந்
துயர்ந்தோர் தொழவிளங்கி
ஏங்கொலிநீர் ஞாலத்
திருளகற்றும் – ஆங்கவற்றுள்
மின்னோர் தனியாழி
வெஞ்சுடரொன் றேனையது
தன்னே ரிலாத தமிழ்.

இந்தப் பாடலை மீண்டும் மீண்டும் நாம் நினைவு கூர வேண்டும். மிகவும் சிறப்பாக இந்தப் பாடலை உலகத் தமிழ் மாநாட்டு மலரில் பொருத்தமான முறையில் வெளியிட்டிருந் தார்கள். தண்டியலங்காரத்தில் வருகின்ற ஒரு மேற்கோள் பாடல் அது. இந்த அடிப்படையோடு தமிழ் வளர்ச்சி பற்றிச் சிந்திக்க வேண்டும். தமிழ் வளர்ச்சி நாம் இங்கே விரிவாகப் பார்த்த இலக்கிய வளர்ச்சியோடு முடிந்து விட்டதா என்றால் முடியவில்லை என்பது இப்போது உங்களுக்கே தெளிவாகப் புலப்படும்.

அப்படியானால் தமிழ் வளர்ச்சி என்பது என்ன? இன்னும் என்ன வளர்ச்சி வேண்டும்? இந்த வளர்ச்சியைப் பற்றிச் சிந்திக்கும்போது பெரியார் அவர்களுடைய

கருத்துகளும் தி.ஜ. ரங்கநாதன் அவர்களுடைய கருத்துகளும் இங்கே குறிப்பிடத்தக்க அளவு மிகத் தொடர்புடைய கருத்துகளாக இருக்கின்றன. அவற்றை நான் ஆங்காங்கே குறிப்பிடுவேன்.

இந்தப் படிநிலைக்குச் செல்லும் முன்பே தனித்தமிழ் மொழிநடை, நற்றமிழ் நடை என்பவற்றைப் பற்றிச் சிறிது சொல்ல வேண்டும். தனித்தமிழ் மொழி நடை என்று ஒன்று தோன்றியது. முன்பே உங்களுக்குக் குறிப்பிட்டேன். வட மொழி மேலாதிக்கத்தை எதிர்த்து - வடமொழிப் பண்பாட்டு மேலாதிக்கத்தை எதிர்த்துத் தோன்றியது என்று. சுயமரியாதை இயக்கத்துக்காரர்களும் அதை ஏற்றுக்கொண்டார்கள். சுயமரியாதை இயக்கக்காரர்கள் என்னும்போது இங்கும் ஒன்றைக் குறிப்பிடுகிறேன். சுயமரியாதை இயக்கமும் திரா விடர் கழகமும் ஒன்றல்ல. திராவிடர் கழகம் என்பது ஒரு கட்சி. சுயமரியாதை இயக்கம் என்பது கட்சிசார்பற்ற ஒரு பொது இயக்கம். யாரும் அதில் உறுப்பினராக இருக்கலாம். திராவிடர் கழகம் நடத்துகிற போராட்டங்களில் சுயமரியாதை இயக்கத்துக்காரர் கலந்துகொள்ள வேண்டுமென்று கட்டாயமோ எதிர்பார்ப்போ இல்லை. பல்வேறு சங்கங் களையும் பொது அமைப்புகளையும் போலச் சுயமரியாதை இயக்கம் என்பது ஓர் பொது இயக்கம். இன்றும் இவை இரண்டும் தனித் தனியாகவே இயங்குகின்றன.

சுயமரியாதை இயக்கத்துக்காரர்களில் நாவலர் ச. சோ. பாரதியார், அ. சிதம்பரநாதஞ் செட்டியார் போன்றவர் களெல்லாம் அடங்குவர். சுயமரியாதை இயக்கத்துக்கு எந்த ஆதிக்கமும் பிடிக்காது - இந்தி ஆதிக்கம் மட்டுமல்ல, வடமொழி ஆதிக்கம் மட்டுமல்ல, வடவர் ஆதிக்கம் மட்டு மல்ல, வெள்ளையர் ஆதிக்கம் மட்டுமல்ல, எந்த ஆதிக்கமும் பிடிக்காது. தோழமை உணர்ச்சி ஒன்றுதான் பிடிக்கும். இதனால்தான் தந்தை பெரியார் அவர்கள் மிக இளைய வயது உள்ளவர்களைக் கூடத் தோழரே என்று விளித்தார். தோழரே என்று விளிக்கச் சொன்னார்.

இங்கே மொழிநடை என்ற அந்தச் சிக்கல் வரும் பொழுது இதனோடு தொடர்புள்ள செய்திகளையும் எண்ணிப்பார்க்க வேண்டும். பெரியார் அவர்கள் மிகுதியான அளவுக்குத் தமிழை இந்த நூற்றாண்டில் பயன்படுத்தியவர்

என்று சொன்னால் நீங்கள் யாரும் மறுக்க மாட்டீர்கள் என்று கருதுகிறேன்.

பெரிய நகரங்கள் முதல் பட்டி தொட்டிகள் வரை எல்லா இடங்களுக்கும் போய் எல்லா வகையான மக்களையும் சந்தித்து ஏராளமான கூட்டங்களில் பேருரை நிகழ்த்தியவர் அவர். அவர் இயற்கை எய்துவதற்கு ஐந்து நாள் முன்புகூடத் தியாகராய நகரில் அவர் சொற்பொழிவாற்றியிருக்கிறார். நோய் வாய்ப்பட்ட நிலையில் வலியோடு அம்மா அம்மா என்று பேச்சின் இடையிடையே முனகியபடியே பேசியிருக்கிறார். அப்படி வாழ்நாள் முழுதும் தமிழகம் முழுதும் தமிழ் மக்களுக்கு அறிவுபுகட்டிய ஒரு தனிப்பெரும் பேராசிரியர் அவர். இந்த நாட்டில் நாமெல்லாரும் சிந்தனை முடம்பட்டுக் கிடந்த நேரத்தில் சிந்தனை முடந்தீர்த்து நமக்குத் தெளிவு தந்தவர் அந்தப் பெருமகனார். அவர் கையாண்ட மொழி நடை தனித்தமிழ் மொழிநடை அல்ல. அது மணிப்பிரவாள மொழி நடையும் அல்ல. அது வேறு ஒரு நடை. அந்த நடையையே எல்லாரும் ஆள வேண்டும் என்பதற்காக நான் இதைச் சொல்ல வரவில்லை. இந்தத் தனித்தமிழ் நடை ஒரு பக்கம். மணிப்பிரவாள நடை இன்னொரு பக்கம்.

மணிப்பிரவாள நடை உருவானதற்கே காரணம் என்ன? மணிப்பிரவாள நடையை உருவாக்கியவர்களுக்கு வடமொழி நெருக்கமான மொழியாகவும் வேண்டிய மொழியாகவும் இருந்தது. அதனால் அவர்கள் எந்த அளவுக்குப் பிற மொழியைத் தமிழில் கலக்கிறோம் என்ற உணர்வுகூட இல்லாமல் மேலும் மேலும் கலந்துகொண்டே போனார்கள். அப்போது தானே ஒரு புதிய நடை உருவாகிவிட்டது.

தனித்தமிழ் நடை என்பது வடமொழி மேலாண்மையை எதிர்ப்பதற்காகத் தோன்றிய ஒன்று. இந்தத் தனித்தமிழ் நடை எந்த அளவுக்கு இப்போதைய சூழலில் மொழி வளர்ச்சிக்கு உதவ முடியும் என்று பலர் வினா எழுப்பத் தொடங்கினார்கள். இந்தத் தொடர்பினால்தான் மொழி நடையைப் பற்றி இங்கே நான் பேசுகிறேன். நாவலர் ச. சோ. பாரதியார் போன்றவர்கள் மொழி நடை பற்றிப் புதிய தெளிவும் விளக்கமும் கொடுத்து ஒரு புதிய கருத்தைத் தெரிவிக்கிறார்கள்.

"அன்றியும் தமிழில் பிறமொழிச் சொல் எதுவும் புகல் ஆகாது எனப் புகல்வாரும் உளர். இது மொழிவளர்ச்சிக்குத்

தடையாகும். புதிய கருத்துகளையும் பொருள்களையும் சுட்டத் தமிழில் பிற மொழிச் சொற்களை எடுத்தாளுவது தவறாகாது. ஆனால், அச்சொற்களைத் தமிழியல்புக்கு ஏற்பச் செப்ப னிட்டுச் சேர்த்தல் வேண்டும். தமிழ் அமைப்பு கெடக்கூடாது."

இப்படி நாவலர் ச. சோ. பாரதியார் ஒரு தனி நிலையை எடுத்துக் கொள்கிறார். இந்தத் தமிழை நற்றமிழ் என்று குறிப்பிடுகிறேன் என்றும் அவர் தெளிவுபடுத்துகிறார். அப்படியானால் கருத்தளவில் ஒருபக்கம் தனித்தமிழ்நடை, இன்னொரு பக்கம் மணிப்பிரவாள நடை, இன்னொரு பக்கம் நற்றமிழ். இந்த மூன்று நடைகளைப் பற்றியும் நாம் சிந்திக்க வேண்டியவர்களாக இருக்கிறோம். இந்த அடிப்படையில் மொழிவளர்ச்சி பற்றி மேலும் சிந்தித்தால் மொழிவளர்ச்சியில் இன்று நமக்கு என்னென்ன நடைகள் இருக்கின்றன? மொழி வளர்ச்சியைப் பற்றி ஏன் பேச வேண்டும்? சமுதாய வளர்ச்சிக்கு ஏற்றபடி மொழியும் இசைவாக அதே அளவுக்கு வளர வேண்டும். சமுதாய வாழ்வு வளர்ச்சிக்கு ஏற்ற அளவுக்கு, மொழியும் வளர்ந்து நமக்குக் கைகொடுக்க வேண்டும். அப்படிக் கை கொடுக்காமலிருந்தால் மொழி பின்தங்கி விட்டது என்று பொருள். சுருக்கமாகச் சொல்லுகிறேன். பயன்பாட்டு நோக்கில் இதைச் சிந்தித்துப் பார்க்க வேண்டும். நாம் எல்லாரும் கையில் கடிகாரம் கட்டியிருக்கிறோம். இதற்கொரு தமிழ்ச் சொல்லை ஆக்கும்போது கடிகை என்றோ மணிப்பொறி என்றோ ஆக்கிக் கொள்ளலாம். ஆனால் அதற்குள்ளே இருக்கும் உறுப்புகளைப் பார்க்கும் பொழுது பின்தங்கி விடுகிறோம். பொதுவாக நாம் எல்லாரும் பயன்படுத்தும் மிதிவண்டியை எடுத்துக் கொள்ளுவோம். சைக்கிள் என்பதற்கு மிதிவண்டி என்று ஒரு சொல்லை ஆக்கிக் கொண்டோம். ஆனால் அதில் உள்ள உறுப்புகளைப் பிரித்துப் பழுது பார்க்கும்பொழுது பின்தங்கி விடுகிறோம். நான் தருவது மிக எளிய சான்றுகள்.

மருத்துவத்துறையிலோ மிக உயர்ந்த தொழில் நுட்பத் துறையிலோ உள்ள இடர்ப்பாடுகளைப் பற்றி நான் பேச வில்லை. ஆனால் அன்றாட வாழ்க்கை நிலையிலேயே சமுதாய நிலையிலிருந்து மொழி பின்தங்கிக்கிடக்கிறது என்பதை நாம் உள்ளவாறு உணர்ந்துகொள்ளவில்லை. இந்த உண்மையை ஒப்புக் கொள்ளவும் நம்மில் சிலர் விருப்பமில்லாமல்

இருக்கிறோம். சிக்கல்களைப் புரிந்துகொள்ளாமல் இருப்ப தனால், சிக்கல் வளராமல் இருந்து விடாது. எதிர்வரும் இடர்பாடுகளைப் பாராமல் இருப்பதனால் இடர்ப்பாடுகள் மறைந்துவிடாது. இதை ஆழமாகச் சிந்திக்க வேண்டும். பொறுப்பு வாய்ந்த தமிழறிஞர்கள் இதில் பாராமுகமாக இருப்பது தகாது.

தந்தை பெரியார் அவர்கள் திருச்சியில் அவருடைய சிலை திறப்பு விழாவின்போது தமிழைக் காட்டுமிராண்டி மொழி என்று சொன்னார். அது பற்றிய கருத்துக் கொந்தளிப்புகள் தொடர்ந்து ஒரு மாதத்துக்கு மேலாக நடந்து கொண்டிருந்தது. பலர் பல விளக்கங்களைச் சொன்னார்கள். தமிழின் தொன்மையைக் கருதி அப்படிச் சொன்னார் என்றார்கள். இல்லை. நான் அதைச் சொல்ல வரவில்லை என்று பெரியார் வெளிப்படையாக மறுத்துவிட்டார். எத்துணையோ சமாதானங்கள் எழுந்தன. அப்பொழுதெல்லாம் இல்லை நான் காட்டுமிராண்டி மொழி என்றுதான் சொன்னேன் என்று பெரியார் அழுத்தந்திருத்தமாகச் சொன்னார். அவர் சொல்ல விரும்பிய கருத்து - சொல்ல வந்த செய்திதான் என்ன?

தமிழ் மொழியில் இலக்கியங்களில் அதுவும் இடைக்கால இலக்கியங்களில், இக்கால இலக்கியங்களில் பகுத்தறிவு உணர்ச்சி சமுதாயச் சிந்தனைகளுக்கெல்லாம் இடம் இருக்கிறது. இடைக்கால இலக்கியங்களில் - சங்க இலக்கியங்களையும் இக்கால இலக்கியங்களையும் ஒதுக்கி விட்டுப் பார்த்தால், இடைக்கால இலக்கியங்களில் எந்த இலக்கியமாவது வாழ வழி சொல்லித் தருகிறதா? இன்றைய உலகைப் புரிந்துகொள்ள வழி சொல்லித் தருகிறதா? உங்களுக்கு ஆக்கமளிக்கிற செய்திகளை அதில் காண முடி கிறதா? இவற்றைப் படித்து நான் புலவனாகிவிட்டேன், எனக்கு ஒரு வேலை கொடுங்கள் என்று கேட்டால் எங்காவது ஒரு வேலை கிடைக்கிறதா? ஆசிரியர் வேலையைத் தவிர.

வாழ்வியல் நோக்கில் சமுதாய முன்னேற்ற நோக்கில் பார்த்தால் சமுதாய வளர்ச்சிக்கேற்ப மொழியை நாம் வளர்க்க வில்லை என்ற பச்சையான உண்மை அவருடைய பேச்சில் வெளிப்படுகிறது.

இங்குதான் நாம் சற்றுக்கவலையோடு எண்ணிப் பார்க்க வேண்டும். எந்த இலக்கியத்தோடும் பெரியார்க்கு ஒன்றும்

விரோதமில்லை. பகுத்தறிவாளர் யாருக்கும் ஒன்றும் விரோதம் இல்லை. நான் இங்கே பேசுகிற இந்தச் செய்தியை ஒருமுறை தந்தை பெரியார் அவர்களுடைய தலைமையில் பேச வேண்டி வந்தது.

அப்படிப்பட்ட நிகழ்ச்சிகள் அவரைப் புரிந்துகொள்ள உதவின.

தமிழ் எந்த அளவுக்கு வாழ்வுக்கு உதவுகிறது? தமிழ் எந்த அளவுக்கு நம்மை வாழவைக்கிறது? இவைபற்றி நாம் கடுமை யாகச் சிந்திக்க வேண்டியிருக்கிறது. அந்தச் சிந்தனையோடு மேலும் எண்ணிப் பார்க்கும்பொழுது தந்தை பெரியார் அவர்கள் அன்று சொன்னது என்ன? தமிழ் இன்றைய புத்துலகத் தேவைக்கேற்ப வளரவில்லை - சமுதாய வளர்ச்சிக்கு ஏற்ற அளவுக்கு வளரவில்லை என்பதுதானே? இதைச் சுட்டத் தான் காட்டுமிராண்டி மொழி என்று தமக்கே உரிய மொழி நடையில் அவர் பேசியிருக்கிறார். பழங்குடிகளின் மொழி களிலிருந்து நம்முடைய மொழி எந்த அளவுக்கு வேறு பட்டிருக்கிறது? நம்மிடம் இலக்கிய இலக்கணங்கள் இருக் கின்றன என்ற ஒரு வகையில்தான் நம்மொழி வேறுபட்டிருக் கிறதே தவிர மற்ற வகையில் இந்த மொழி உயர்ந்து வேறுபட்டு நிற்கவில்லையே என்று அவர் கேட்கிறார். முதலில் இதைச் சரியாகப் புரிந்துகொள்ள வேண்டும். ஏற்பதும் மறுப்பதும் பிறகு.

இந்த ஆய்வு நுட்ப நோக்கத்தோடு அவர் சும்மா இருக்க வில்லை. மொழி வளர்ச்சி பற்றியும் அவர் சிந்தித்திருக்கிறார். மொழிவளர்ச்சி பற்றிய அரிய சிந்தனைகளையும் அவரிடம் காண்கிறோம். முதன் முதலில் எழுத்துச் சீர்திருத்தம் பற்றித் திட்ட வட்டமாகச் சிந்தித்தவரும் பேசியவரும் அதற்குச் செயல் வடிவம் கொடுத்தவரும் அவர்தான். சமுதாய வட்டத்தில் தந்தை பெரியாரும் கல்வியுலக ஆய்வு வட்டத்தில் தெ. பொ. மீனாட்சிசுந்தரனாரும் மொழியில் சீர்திருத்தம் வேண்டும் என்றார்கள். இவர்கள் இருவருந்தான் முதன் முதலில் மொழிவளர்ச்சி நோக்கில் மொழியில் சீர்திருத்தம் வேண்டும் என்று துணிவாக முன்வந்து பொறுப்புணர்ச்சியோடு கருத்துத் தெரிவித்தார்கள்.

மொழியில் சீர்திருத்தம் வேண்டும். வாழ்க்கை உயர உயர மொழியிலும் மாற்றங்கள் தேவை. அவற்றைத் தக்கவாறு

உருவாக்கிக்கொள்ள வேண்டும். மொழி வளர்ச்சி என்பது இன்னது என்றெல்லாம் பேசத் துணிந்தவர்கள், மக்கள் மத்தியில் பெரியார் - அறிஞர்கள் மத்தியில் தெ.பொ.மீ.

எழுத்துச் சீர்திருத்தம் என்றாலே எல்லாரும் கருதிக் கொண்டிருப்பது எழுத்துக்களின் எண்ணிக்கையைக் குறைப்பது என்று. ஒருவர் சொல்லுவார். நான் தமிழ் எழுத்துக்களை இருப்பத்தைந்தாகச் சுருக்கிவிட்டேன் என்று. நீங்கள் இருபத்தைந்தாகத்தானே சுருக்கியிருக்கிறீர்கள்? நான் பதினைந்தாகச் சுருக்கியிருக்கிறேனே என்பார் இன்னொருவர். இவர்கள் எல்லாரும் தமிழ் மக்களைப் பற்றி நினைப்பதே இல்லை. மக்களை முழுக்க முழுக்க மறந்துவிட்டு நாம் எந்தச் சீர்திருத்தம் செய்தாலும் அதில் பயன் விளையமுடியாது. பெரியார் என்ன எழுதியிருக்கிறார்; என்ன சொல்லுகிறார் என்று பார்த்தால் எழுத்துச் சீர்திருத்தத்துக்கு மிக அழகாக விளக்கம் சொல்கிறார். தேவை இல்லாத எழுத்துக்களைக் கழித்துக் கொள்ளவேண்டும். தேவையான எழுத்துக்களைப் புதிதாகத் தேவைப்படும் போது சேர்த்துக் கொள்ள வேண்டும் என்கிறார் பெரியார். எழுத்துச் சீர்திருத்தத்தில் இது மிக முக்கியமான கருத்து. இருக்கிற எழுத்துக்களைப் பார்த்துப் பார்த்துக் கழித்துவிடுவது மட்டும் சீர்திருத்தமாகாது.

இன்று சமுதாய மொழியியல் அறிஞர்கள் சொல்லும் கருத்துக்கு மிக நெருக்கமான முறையில் எழுத்துச் சீர்திருத்தம் பற்றித் தெளிவாகக் கருத்துத் தெரிவிக்கிறார் பெரியார். இங்கே அந்தப் பகுதியை மட்டும் குறிப்பிட விரும்புகிறேன்.

"உலகிலுள்ள சில எழுத்துக்கள் பழைய பழக்க வழக்கம் என்பதற்காக மாற்றக்கூடாது என்றில்லாமல் சவுகரியத்துக்காக மாற்ற வேண்டியது அவசியம் என்றால் அறிஞர்கள் அதற்கு இடம் கொடுத்துதான் ஆகவேண்டும்".

பெரியார் அறிஞர்களிடம் இங்கே வழி முறையோ ஒப்புதலோ கேட்கவில்லை. அதற்கு அறிஞர்கள் இடம் கொடுத்துதான் ஆக வேண்டும் என்று சொல்லுகிறார். இன்னும் இந்த எழுத்துச் சீர்திருத்தம் பற்றிய சிந்தனைகள் தொடர்ந்து பல்வேறு கட்டுரைகளாக வளர்ந்து வருகின்றன. அவர் கொண்டு வந்த சீர்திருத்தம் பற்றி உங்களுக்குத் தெரியும். ஒரு காலகட்டத்தில் அந்தச் சீர்திருத்தம் பற்றியெல்லாம் குறிப்பிட்டு விட்டுத் தமிழ்ப் புலவர்கள் எல்லாரும் இந்தச் சீர்திருத்தத்தைப் பாராட்டி எனக்கு எழுதினார்களே தவிர

ஒருவராவது நடைமுறையில் பின்பற்ற முன்வரவில்லை என்று பெரியார் மிகுந்த வருத்தத்தோடும் ஏக்கத்தோடும் எழுதுகிறார். அந்த ஏக்கம் தீருகின்ற வகையில் தமிழக அரசு அந்த எழுத்துச் சீர்திருத்தத்தை ஏற்றுப் புதிய எழுத்துக்களைப் பயன்படுத்த ஆணை பிறப்பித்தமைக்காக நாம் எல்லாரும் உள்ளபடியே மிகவும் மகிழ வேண்டும். மகிழ்ச்சியோடு நன்றி கூற வேண்டும்.

எழுத்துச் சீர்திருத்தத்தோடு பெரியார் அவர்கள் மொழி வளர்ச்சிச் சிந்தனையை நிறுத்திவிடவில்லை. இன்னும் சொல்லாக்கக் குழு, சொல்லாக்க மாநாடுகளெல்லாம் நடந்தபொழுது சொல்லாக்க மாநாட்டு முயற்சியில் பல இன்னல்களைத் திரு. இ. மு. சுப்பிரமணியப் பிள்ளை அவர்கள் எதிர்கொள்கிறார். அப்படி அவர் இன்னல்களை எதிர் கொள்ளும்பொழுது மாநாடு ஒன்றைக் கூட்டி அறிஞர்கள் அந்த மாநாட்டில் சில திட்டங்களை உருவாக்குகிறார்கள். இப்படியெல்லாம் சொல்லாக்கப் பணி அமைய வேண்டும் என்று திட்டம் வகுக்கிறார்கள். அந்தத் திட்டங்களில் ஒரு சிலவற்றை இங்கே குறிப்பிடுகிறேன்.

"யாழ்ப்பாணத்தில் அமெரிக்க இறையியலாளர் வேதியியல் என்னும் நூலில் குறிப்பிட்ட விதிகளைப் பின்பற்ற வேண்டும்."

யாழ்ப்பாணத்தில் முன்பே கலைச் சொல்லாக்கப் பணி தொடங்கப் பெற்று ஒரு நூலும் வெளிவந்துவிட்டது.

"வட சொற்களின் ஏற்புடைமையைச் சோதிப்பதற்குத் தமிழ் நிகண்டுகளில் அவை ஏற்றுக்கொள்ளப் பெற்றுள்ளனவா என்பதையே உரைகல்லாகக் கொள்ள வேண்டும்."

"புதிய கலைச் சொல்லாக்கங்கள் ஓரசைச்
சொற்களாக இருத்தல் நலம்"

"சொற்களை ஆக்க முடியாத இடத்தில்
ஆங்கிலச் சொற்களை எடுத்தாளலாம்"

"பழந்தமிழ்ச் சொற்களைப் புதுப் பொருளில்
ஆள முயலுதல் வேண்டும்"

வாரியம், கோட்டம் முதலான சொற்களெல்லாம் இவ்வாறு புதுப்பொருளில் ஆட்சி பெற்றவையே.

"பிற மொழிகளிலிருந்து கடன் வாங்குவதைவிட வடமொழியிலிருந்து கடன் வாங்குவது நல்லது."

இப்படியெல்லாம் கருத்துகள் தெரிவிக்கப்பட்டன. பிற மொழிகளிலிருந்து கடன் வாங்குவதைவிட வடமொழியிலிருந்து கடன் வாங்குவது நல்லது என்பதை ஒரு சாக்காக வைத்துக்கொண்டு நிறைய வடமொழிச் சொற்களைச் சிலர் திணிக்கத் தொடங்கினார்கள். அப்பொழுது இ.மு. சுப்பிரமணியப்பிள்ளை அவர்கள் அதை எதிர்த்து ஒரு போராட்டமே நடத்துகிறார். அந்தப் போராட்டத்தின்போது தந்தை பெரியார் அவர்கள் ஒரு சிறப்பு வாய்ந்த தனித் தலையங்கம் எழுதுகிறார்.

மற்ற மொழிகளிலிருந்து கடன் வாங்குவதைவிட வடமொழியிலிருந்து கடன் வாங்குவது நல்லது என்ற கருத்தைத் தவறாகப் பயன்படுத்திக்கொள்வதை அவர் வன்மையாகக் கண்டிக்கிறார். இதை ஒரு சாக்காக வைத்துக் கொண்டு பிறமொழிச் சொற்களை ஏராளமாகத் தமிழில் புகுத்தி இருக்கிற தமிழைக் கெடுத்து விடாதீர்கள் என்று கடுமையாக அவர் எச்சரிக்கிறார். அதன் பிறகு அந்தப் பிரச்சினை ஒரு முடிவுக்கு வருகிறது.

தந்தை பெரியார் அவர்கள் எழுத்துச் சீர்திருத்தம் பற்றியும் கலைச் சொல்லாக்கம் பற்றியும் கருத்துத் தெரிவித்துத் துணிந்து பேசியது போல - எழுதியது போலப் புதிய ஆய்வு நூல்கள் அறிவியல் நோக்கில் வெளிவரும் போதும் புதிய திறனாய்வு நூல்கள் வரும்போதும் துணிந்து அவற்றுக்கு முன்னுரை வழங்கியிருக்கிறார்.

சிலப்பதிகார ஆராய்ச்சி என்று ஒரு நூல் வந்தது. அது ஒரு புதுவகையான ஆய்வு. அதற்குத் தந்தை பெரியார் ஒரு முன்னுரை எழுதினார். அப்படி முன்னுரை கொடுப்பதற்குக் காரணம் என்ன தெரியுமா? பழமைப் பிடியிலிருந்து இவர்கள் முதலில் விடுபட வேண்டும் என்பதுதான். வழிபாட்டுத் தன்மையிலிருந்து விடுபட்டால்தான் சுயசிந்தனைக்கு இடமேற்படும். மரபு வழிப்பட்ட நோக்கில் கண்ணகி ஒரு கடவுள். கண்ணகியை நாமே ஒரு கடவுளாக்கி விடுகிறோம். இப்படிக் கடவுளாக்குகிற பாங்கும் இலக்கியங்களையும் இலக்கியப் பாத்திரங்களையும் தெய்விகப்படுத்துகிற பாங்கும் அளவுக்கு மீறிப் போகும்போது மனிதனுடைய சுயசிந்தனை சாம்பிப் போகிறது. ஆகவே காவியங்களையும் காவிய மாந்தர்களையும் தெய்விகப்படுத்துகிற பாங்கிற்கு எதிராக

இப்படி ஒரு சிந்தனையும் இப்படி ஓர் ஆராய்ச்சியும் இருக் கட்டும் என்று கருதித்தான் மரபு மீறிய சிந்தனைகளையும் ஆய்வுகளையும் அவர் வரவேற்றிருக்கிறார்.

இனி, தி.ஜ. ரங்கநாதன் என்பவர், மொழிவளர்ச்சி பற்றித் தெரிவித்துள்ள சில கருத்துகளை இங்கே குறிப்பிட வேண்டும். தி.ஜ.ர. அவர்கள் மொழிவளர்ச்சி பற்றி மிக ஆழமாகவும், வேகமாகவும் சிந்தித்திருக்கிறார். மொழி வளர்ச்சி பற்றி அவர் சுவைபடச் சொன்ன ஒரு செய்தியை இங்கே உங்களுக்கும் சொல்லுகிறேன்.

"இன்றைய அரசியலமைப்பில் (அவர் இந்தி எதிர்ப்பிலும் மிக வேகமானவர் - ஒரு நேரத்தில் முழுக்க முழுக்கத் தேசியவாதியாக இருந்தவர்) இன்றைய அரசியலமைப்பில் இதற்கெல்லாம் மாற்று இல்லையென்றால் இந்த அரசியலமைப்பின் அடிப்படையையே தான் மாற்ற முயல வேண்டும். குல்லாய் சரியில்லையென்றால் தலையை மாற்ற முடியாது; குல்லாயைத்தான் மாற்ற வேண்டும். இந்தி என்ற தலையைக் கொண்டுதான் தலையைக் கொண்டு பிணைத்துத்தான் பாரதத்தின் பலராக்கிய ஒற்றுமையைக் காப்பாற்ற வேண்டுமானால் அந்த ஒற்றுமை வேண்டாமென்றே பல பிராந்திய பாஷை மக்களுக்கும் சொல்லத் தோன்றும். வேறு வழி இல்லையா? - அந்த ஒற்றுமையைக் காப்பாற்ற பல மொழி மக்களும் சம அந்தஸ்த்தோடு சம வசதிகளோடு சம உரிமைகளோடு சம வாய்ப்புகளோடு வளர்ந்து வாழ வழி இல்லையா? இந்தக் கேள்வியைக் கேட்டால் இதை மொழிப் பகைமை, மொழி வெறி என்றெல்லாம் சொல்வது முறையல்ல. மொழி வெறி நமக்கல்ல; அவர்களுக்குத்தான்."

இப்படி எழுதுகிறார் தி.ஜ.ர. இங்கே எதிர்ப்பு: அல்லது இந்தி ஆதிக்க எதிர்ப்பு. இவர் இந்தி ஆதிக்கத்தை மட்டுமல்ல; ஆங்கில ஆதிக்கத்தையும் எதிர்ப்பவர்.

ஆங்கிலத்தை எவ்வளவு நாள் வைத்துக்கொண்டிருக்கப் போகிறீர்கள்? தமிழ் வளரும் வரை, தமிழ் வளரும் வரை என்று சொல்லி ஆங்கிலத்தையே வைத்துக்கொண்டிருந்தால் என்றைக்குத் தமிழ் வளருவது? என்றைக்கு ஆங்கிலத்திலிருந்து நாம் விடுதலை பெறுவது? என்று அவர் கேட்கிறார்.

இவற்றின் மூலமெல்லாம் நாம் உணர்ந்துகொள்வது என்ன? தமிழ் வளர்ச்சிக்கு உரிய பணிகளில் நாம் இன்னும்

அக்கறையும் வேகமும் காட்ட வேண்டும் என்பதுதானே. இதைத் தி.ஜ.ர. அவர்கள் மிகக் கடுமையாகவே சொல்லுகிறார். "தமிழ் வளம் பெறும் வரையில் ஆங்கிலம் இருக்கட்டும். நமது உயர்தரக் கல்விக்கு இன்று ஆங்கிலம் வேண்டியதே. அதைக் கைவிடக் கூடாது - என்பது நியாயம்தான். ஆனால் என்றைக்கும் அது நம்மிடையே நிலைத்துவிடத்தக்க முறையில் நடந்து கொள்ளக் கூடாது. உயர்தரக் கல்விக்கெல்லாம் நவீன விஞ்ஞானங்களுக்கெல்லாம் எந்திரக் கலைகளுக்கெல்லாம் சமூக அரசியல் பொருளாதார சாத்திரங்களுக்கெல்லாம் தமிழையே முற்றும் போதிய பாஷையாக வளப்படுத்துவதற்கு இன்று முதலே முழு முயற்சியை மேற்கொள்ள வேண்டும். இதற்கு ஒரு வழியும் சொல்லாமல் தமிழ் வளம் பெறும் வரையில் ஆங்கிலம் இருக்கட்டும். தமிழ் வளம் பெற்றதும் ஆங்கிலத்தைக் கைவிடுவோம் என்று மட்டும் சொல்வது சரியல்ல. பைத்தியம் தெளிந்தால் கல்யாணம் செய்துவிடுவோம். கல்யாணமானால் பைத்தியம் தெளிந்துவிடும் என்ற கதையைப் போலத்தான்" என்று சொல்லி முடிக்கிறார்.

இவர் ஒரு புதிய வழியையும் சொல்லுகிறார். "உயர்தரக் கல்வியில் எவன் எந்தப் பாடம் எடுத்துக்கொண்டாலும் சரி, எதில் சிறப்புப் பெற விரும்பினாலும் சரி மூன்று விஷயங்களைக் கட்டாயமாகச் செய்துவிடவேண்டும். ஒன்று, ஆங்கில அறிவு, இரண்டு தமிழறிவு, மூன்று ஏதாவது விஞ்ஞானம் அல்லது நவீன அரசியல் பொருளாதார சமூகக் கலை ஒன்றில் அறிவு" இப்படித் திட்டம்! ஆங்கிலம் வேண்டும்; தமிழ் வேண்டும்; இன்னொன்று, நடைமுறை வாழ்வுக்குப் பயன் படத்தக்க விஞ்ஞான தொழில் நுட்ப அரசியல் பொருளாதார அறிவு. மூன்றாவதாகக் குறிப்பிட்ட கலைகளில் ஏதாவது ஒன்றில் அறிவு. இப்படி அமைத்துக்கொள்ளுங்கள். படிப்படியாக ஆங்கிலமும் தமிழும் சரியாகத் தெரிந்த ஒரு நல்ல சூழல் அமைவதனால் தமிழ் நூல்கள் தாமே வந்து சேரும். அப்படி வந்து சேரும்போது அவற்றை அத்தகைய பணிகளை ஊக்கு விக்க வேண்டும். இப்படி இவர் புதிதாக ஒரு வழி சொல்கிறார்.

இவற்றோடு தமிழைப் பயிற்று மொழியாக்குவது தமிழில் பாடநூல்கள் வெளிவருவது இவை தொடர்பான செய்திகளையெல்லாம் நாளை நாம் மேலும் விரிவாகப் பேச இருக்கிறோம். தமிழ் வளர்ச்சிக்கு உரிய வழிகள் என்று இங்கு

நாம் பேசியதைச் சுருங்கச் சொன்னால் தமிழ் என்றாலே நாம் எல்லோரும் காவியங்கள், கதைகள், நாவல்கள், கவிதைகள் என்றே எண்ணிக்கொண்டிருக்கிறோம். இப்படி எண்ணுவது மிகவும் தவறு. தமிழ் என்பது ஒரு தாமரைப் பூப்போல் என்றால் நாம் இங்கே குறிப்பிட்ட இலக்கியம் ஓர் இதழைப் போல. தமிழை வளர்ப்பது என்றால் இந்தச் சமுதாயத்திலுள்ள எல்லா வாழ்க்கைத் துறைகளிலும் எல்லா அறிவுத்துறை களிலும் தமிழை வலுவுள்ளதாக வளமுள்ளதாக மாற்றிக் காட்டுவது என்று பொருள். சமுதாய வாழ்க்கை வளர்ச்சிக்கு ஏற்றபடி மொழியும் வளர வேண்டும். நம்முடைய மொழி அந்த வகையில் உள்ளபடியே மேலும் வளர வேண்டிய நிலையில்தான் உள்ளது. அறிவியல் தொழில் நுட்ப யுகத்தில் மிக வேகமாக முன்னேறிவரும் உலகில் நாம் பின்தங்கித்தான் இருக்கிறோம். இந்த நிலையை நாம் மாற்றித்தான் ஆக வேண்டும். அப்படி மாற்றுவதற்கு என்ன செய்ய வேண்டும்?

கலைச் சொல்லாக்கம், எழுத்துச் சீர்திருத்தம் முதலான பணிகளில் நாம் மிகவும் கவனம் காட்ட வேண்டும். மொழி பெயர்ப்புக் கலையில் நாம் ஈடுபாடு கொள்ள வேண்டும்.

இனி, பயிற்று மொழியாகத் தமிழைப் பயன்படுத்தும் போது ஏற்படுகிற சிக்கல்கள், பாடநூல்களை உருவாக்கும் போது ஏற்படுகிற சிக்கல்கள், ஆட்சி மொழியாகத் தமிழைப் பயன்படுத்தும்போது ஏற்படுகிற சிக்கல்கள் - இவைப்பற்றி யெல்லாம் நாளை பார்க்க இருக்கிறோம்.

தமிழ் ஆட்சி என்றால் என்ன? ஆட்சி என்ற சொல்லை இங்கே இரண்டு பொருளில் பயன்படுத்துகின்றேன். ஒன்று தமிழின் பயன்பாடு. இன்னொன்று தமிழின் செல்வாக்கு - மேம்பாடு. நாம் சில சிக்கல்களைச் சந்திக்கும்போதுகூட இவற்றுக்கெல்லாம் ஆங்கிலத்தில் புத்தகங்கள் இருக்கும் என்று நினைக்கிறோமல்லவா? ஆங்கிலம் உயர்ந்த மொழி - வளமான மொழி என்று ஒரு பரவலான எண்ணம் இங்கே உருவாகிவிட்டதல்லவா? அது மாறி இந்திய மொழிகளுக்கு உரிய மற்ற மக்களெல்லாங்கூட, இவற்றுக்கெல்லாம் தமிழில் நூல்கள் இருக்கும் என்று கருதுகிற அளவுக்குத் தமிழுக்கு ஒரு மேம்பாடு - ஒரு செல்வாக்கு ஏற்பட வேண்டும். அந்த நோக்கில் நாளை உரை தொடரும்.

நன்றி - வணக்கம்!

தமிழ் ஆட்சி

பெருமதிப்பிற்குரிய தலைவர் அவர்களே, பேராசிரியர் டாக்டர் சி.பா. அவர்களே, இங்கே குழுமியிருக்கின்ற பேராசிரியப் பெருமக்களே, ஆய்வாளர்களே, உங்கள் அனைவருக்கும் என்னுடைய நன்றி கலந்த வணக்கம்.

இன்று தமிழ் ஆட்சி என்ற தலைப்பில் இந்தச் சொற்பொழிவு வரிசையில் மகிழ்ச்சிக்குரிய இந்த உரையைத் தொடங்குவதற்கு முன்பாக நான் மகிழ்ச்சியோடு ஒன்றைக் குறிப்பிட விரும்புகின்றேன். எங்கள் இலக்கியத்துறைத் தலைவர் அவர்கள் இந்த மூன்று நாளும் தலைமை தாங்கியதை நான் உள்ளபடியே பெரும் பேறாகக் கருதுகிறேன். அதற்குக் காரணம் உண்டு. இந்தத் தலைப்புக்குத் தொடர்புள்ள வகையில் 25 ஆண்டுகளுக்கு முன்பே சிந்தித்தவர் அவர். செந்தமிழ் வளர்க்கும் சிந்தனைகள் என்ற தலைப்பில் ஒரு புத்தகத்தை இருபத்தைந்து ஆண்டுகளுக்கு முன்பே எழுதி வெளியிட்டவர் அவர். இந்தப் புத்தகத்தில் அவர் குறிப்பிடுகின்ற பல செய்திகள் இன்றைக்குங்கூட நமக்கு நெருக்கமான - தொடர்புள்ள - நாம் நினைக்கத்தக்க - போற்றத்தக்க செய்திகள். இந்தப் புத்தகத்தை முதன் முதலில் நான் பார்த்தபொழுதே அவரைப் பற்றி முன்பு நான் கொண்டிருந்த எண்ணத்தைவிட ஒருசில மடங்கு அவரைப் பற்றி உயர்ந்த எண்ணங்களை இந்தப் புத்தகம் என் மனத்தில் உண்டாக்கியது. அவ்வகையில் இந்தப் புத்தகத்தை உருவாக்கிய ஒருவர் இந்த உரைகளுக்குத் தலைமை தாங்கியதில் நான் உள்ளபடியே பெரும் மகிழ்ச்சி அடைகிறேன். அது ஒரு பேறாகக் கருதுகிறேன்.

நேற்று நான் நிகழ்த்திய உரையில் நேற்று நான் சொல்லி யிருக்க வேண்டிய சில செய்திகள் இன்றைய உரையோடும் தொடர்புள்ளதாக இருந்தமையால் அவற்றை மீண்டும் சொல்ல வேண்டிய நிலைமை ஏற்படாமல் தவிர்த்துக் கொண்டு நேற்றைய உரையில் அவற்றைப் பற்றி மிகச் சுருக்கமாகவும் விரைவாகவும் நான் குறிப்பிட வேண்டி யிருந்தது. தமிழ் வளர்ச்சிப் பணிகளில் எவ்வளவு பேர்

எப்படியெல்லாம் ஈடுபட்டார்கள் என்பதைப் பற்றி அவ்வப்போது குறிப்பிட்டேன். மொழி என்பதைப் பற்றியும் இலக்கியம் என்பதைப்பற்றியும் ஒரு கோட்பாடு உருவானது எப்படி எந்தச் சூழலில் என்பதைப் பற்றியெல்லாம் கூடக் கோடிட்டுக் காட்டினோம்.

கா. சுப்பிரமணிய பிள்ளை அவர்கள் 1939இல் மொழி நூற்கொள்கையும் தமிழ் மொழி அமைப்பும் என்று ஒரு புத்தகத்தை எழுதி வெளியிட்டிருக்கிறார். 1939இல் இந்தப் புத்தகத்தில் அவர் எழுதியிருக்கின்ற செய்திகள் இன்றுங்கூட மொழியியல் அறிஞர்களும் போற்றத்தக்க அளவுக்கு உயர்ந்த செய்திகள். மொழியியலைப் பொறுத்தவரையில் அதற்குப் பின்பும் ஏற்பட்ட எத்துணையோ நூல்களைவிட இந்த நூல் உயர்ந்ததாக நிற்கின்றது. இதை நீங்கள் எல்லாரும் கட்டாயம் பார்க்க வேண்டும், படிக்க வேண்டும். மொழியைப் பற்றிய சிந்தனையைத் தூண்டியவர்களில் கா. சுப்பிரமணியப் பிள்ளை அவர்களுக்குப் பெரும் பங்கு உண்டு. அடுத்ததாக வையாபுரிப் பிள்ளை அவர்களைப் பற்றி உங்களுக்குத் தெரியும். திராவிட மொழிகளில் ஆராய்ச்சி என்று ஒரு புத்தகம் வெளிவந்தது. இந்தப் புத்தகத்தில் மொழிக்காகவும் இலக்கணத்திற்காகவும் இலக்கியத்திற்காகவும் இன்னும் நாம் எப்படிப்பட்ட ஆராய்ச்சிகளையெல்லாம் நிகழ்த்த வேண்டும் என்பதை ஓர் அட்டவணை போட்டுக் கொடுத்திருக்கிறார். இந்த அட்டவணையில் உள்ள ஆராய்ச்சிப் பணிகள் இன்னும்கூட நிறை வேறி முடிந்தபாடில்லை. இது இனி ஆராய்ச்சி செய்பவர் களுக்குங்கூட ஒரு வழிகாட்டியாக இருக்கிறது என்பதை நாம் எல்லாரும் மிக நன்றியோடு நினைவுகூர வேண்டும். வையா புரிப்பிள்ளை அவர்களது கருத்துகளில் நமக்கு உடன் பாடானது மறுக்கத்தக்கது நிறைய இருக்கலாம். அவர்களின் கால ஆராய்ச்சியில்கூட எனக்கும் மிகுந்த கருத்து வேறு பாடுகள் உண்டு. இருந்தாலும் அவர்களது ஆய்வுத்திறம், அவர்களது உழைப்பு இவற்றையெல்லாம் நாம் மறவாமல் மதிக்க வேண்டும். இந்த முறையில் இந்தப் புத்தகத்தை உங்கள் கண்முன் காட்டாமலிருந்தால் எனக்கு மிகவும் பெரிய குறை போல இருக்கும். அந்த வரிசையில் வைத்து எண்ணத்தக்க ஓர் உயர்ந்த நூல் இந்த நூல். இது அளவில் சிறிதாக இருந்தாலும்

இதையும் நான் குறிப்பிட வேண்டும். இங்கே குறிப்பிட்டவர்கள் எல்லாம் வழி காட்டினார்கள். ஆராய்ச்சி வளர்ச்சிக்கு உதவினார்கள்.

ராஜாஜி அவர்கள் 1937-லேயே அறிவியல் நூலைத் தமிழில் எழுதிக் காட்டித் தமிழால் முடியுமா என்ற ஒரு தலைப்புக் கொடுத்து ஒரு புத்தகத்தை வழங்கினார். தனி நாயக அடிகள் அவர்கள் நிறுவனங்களுக்கே வழி கோலியவர். உலக அளவில் தமிழை உயர்த்தியவர். தனிநாயக அடிகளைப் பற்றியும் விரிவாகச் சொல்ல வேண்டும். ஆனால் விரிவாகச் சொல்ல நமக்கு இப்போது வாய்ப்பு இல்லை.

இவற்றோடு நேற்றைய உரையின் தொடர்ச்சியாகத் தமிழ் ஆட்சி என்பதற்கு இரண்டு பொருள் என்று சொன்னேன். ஒன்று Use of Language - தமிழை ஆளுதல். இன்னொன்று தமிழை உயர்வாக மதித்துப் பார்த்தல், தமிழ் உயர்ந்து நிற்றல், அதாவது தமிழ் மேம்பாடு; இது இன்னொரு பொருள். அந்த நோக்கில் இன்றைய உரை அமைய இருக்கிறது. இந்த உரையை நேரடியாகத் தொடங்குவதற்கு முன்பு பாரதிதாசனாருடைய பாடல் ஒன்றை நாம் இங்கே நினைவு கொள்வது பொருத்தம்.

'தமிழாய்ந்த தமிழன்தான்
தமிழ்நாட்டின் முதலமைச்சாய்
வருதல் வேண்டும்
தமிழ்ப் பகைவன் முதலமைச்சாய்த்
தமிழ்நாட்டில் வாராது
தடுத்தல் வேண்டும்
நமை வளர்ப்பான் நம் தமிழை
வளர்ப்பவனாம் தமிழல்லால்
நம் முன்னேற்றம்
அமையாது சிறிதுமிதில்
ஐயமில்லை ஐயமில்லை
அறிந்துகொண்டோம்'

என்று பாவேந்தர் **தமிழியக்கம்** என்ற நூலில் பாடியிருக்கிறார். இதோடு பழந்தமிழ்ச் செய்யுள்கள் இரண்டை இங்கே ஆட்சி, தமிழ் மேம்பாடு என்றெல்லாம் பேசும்போது நினையாமல் இருக்க முடியவில்லை. ஒன்று 'கொங்குதேர் வாழ்க்கை' என்ற பாடல், உங்களுக்கெல்லாம் அதைப் பற்றிய கதை தெரியும்.

அந்தக் கதை மூலம் நமக்கு விளங்குகிற ஒரு செய்தி இதுதான் எனலாம். தமிழை எழுத்தாலோ, சொல்லாலோ, பொருளாலோ தவறில்லாமல் எழுதவேண்டும் என்பதில் அந்தக் காலகட்டத்தில் இருந்த ஓர் அக்கறை அந்தக் கதையின் மூலம் நமக்கு வெளிப்படுகிறது. எழுத்தாலோ, சொல்லாலோ, பொருளாலோ தவறில்லாமல் எழுத வேண்டும் என்பது அவர்களுக்கிருந்த அக்கறை. இன்னொரு பாடல் சிவபெருமான் சேரமானுக்குத் திருமுகம் கொடுத்து அனுப்பிய பாடல்: 'காண்பது கருதிப் போந்தனன், மாண்பொருள் கொடுத்து வரவிடுப்பதுவே' என்று முடியும் பாடல். சிவபெருமான் தமிழில் எழுதியது ஒரு சிறப்பு. தமிழில் எழுதிய அந்தக் கடிதத்துக்கு மரியாதை இருந்ததே, அது ஒரு சிறப்பு. தமிழில் எழுதப்பட்ட கடிதத்துக்கு மரியாதை வந்தது என்பது மிக முக்கியம். இன்று நாம் தமிழில் எழுதுகிற கடிதங்களுக்கு வருகிற மரியாதையைவிட ஆங்கிலத்தில் எழுதப்படுகிற கடிதங்களுக்குக் கிடைக்கிற மரியாதை மிகுதியாக இருக்கிறது என்பதை இங்கே நினைத்துப் பார்க்க வேண்டும். அந்த நோக்கில் அந்தப் பாடலை இங்கே சுட்டிக்காட்டுவது பொருத்தம்.

இனி, தமிழ் ஆட்சி Use of Tamil - தமிழைப் பயன் படுத்துதல், தமிழைப் பயன்படுத்துதல் என்றால் தமிழை வாழ்க்கையில் எல்லா நிலைகளிலும் பயன்படுத்தும்பொழுது எங்கெங்கே சிக்கல் ஏற்படுகிறது, எங்கெங்கே மொழியை மேம்படுத்தவேண்டியிருக்கிறது, எங்கெங்கே தங்குதடை இல்லாமல் நாம் நம் மொழியைப் பயன்படுத்துகிறோம் என்பதைப் பற்றியெல்லாம் முதற்கண் எண்ணிப் பார்க்க வேண்டும்.

உரையாடலின்போது தமிழ் மொழியைப் பயன்படுத்து வதில் சிக்கல் இல்லை; இலக்கணத்தையோ இலக்கியத்தையோ எடுத்துப் பேசும்போது சிக்கல் இல்லை; ஓரளவுக்குத் தத்து வத்தையும் வரலாற்றையும் பேசும்போது சிக்கல் இல்லை. வரலாற்றிலும் தமிழ்நாட்டு வரலாற்றோடு நிறுத்திக்கொள்ள வேண்டும். அதை மீறி உலக வரலாறு என்று போகும்போது அங்கும் சிக்கல்கள் ஏற்படும். தத்துவம் என்று சொல்லும் பொழுதும் சைவ சித்தாந்தத்தோடு நிறுத்திக்கொள்ளும் பொழுது - வேறு சில இந்திய தத்துவங்களோடு நிறுத்திக் கொள்ளும்பொழுது சிக்கல் இல்லை. உலகத் தத்துவங்கள்

என்று போகும்பொழுது அங்கும் சிக்கல்களை எதிர் கொள்ளு கிறோம். அப்படியானால் நேற்றே எளிய உதாரணம் ஒன்றைக் கொடுத்தேன். சைக்கிள் என்று சொல்லுவதற்கு மிதிவண்டி என்ற சொல்லை ஆக்கிக்கொண்டோம். ஆனால் அங்கே உள்ள உறுப்புகளைக் கழற்றும்போது அங்கே சிக்கல் ஏற்படு கிறது. கழற்றுபவனுக்கு மட்டும் இல்லை. நமக்கும் சிக்கல் ஏற்படுகிறது.

கடிகாரம் அணிந்துகொள்ளுகிறோம். இதைப்போல இன்னும் நாம் அன்றாட வாழ்க்கையில் பயன்படுத்துகிற பொருள்கள் எல்லாவற்றுக்கும் தமிழில் சொற்களை உருவாக்கி விட்டோமா? இதற்குப் பொருள் சமுதாய வாழ்க்கையில் ஏற்பட்ட முன்னேற்றத்தின் அளவுக்கு மொழியில் முன்னேற்றம் - மேம்பாடு ஏற்படவில்லை என்பதைத் தவிர வேறு என்ன?

உலக நாடுகளில் விடுதலை பெற்ற பிறகு எல்லா நாடுகளிலும் அந்தந்த மொழியை மேம்படுத்துவதற்காக அவர்கள் எப்படிப்பட்ட முயற்சிகளை எடுத்துக்கொண் டிருக்கிறார்கள் என்பதைப் பற்றியெல்லாம் இந்த உரையின் பிற்பகுதியில் பார்க்க இருக்கிறோம். நம்முடைய நாட்டில் இதைப் பற்றி என்ன செய்கிறோம் என்னென்ன செய்தி ருக்கிறோம் என்பதைக் கொஞ்சம் இங்கே நாம் எண்ணிப் பார்க்க வேண்டும். தமிழக அரசு பல நிறுவனங்களை அமைத்துத் தமிழ் வளர்ச்சிக்கு உதவிக்கொண்டிருக்கிறது. அந்த நிறுவனங்களில் குறிப்பிடத்தக்கவை உலகத் தமிழாராய்ச்சி நிறுவனம், சொற்பிறப்பு அகர முதலித் திட்ட இயக்ககம், தமிழ் வளர்ச்சி இயக்ககம், திருக்குறள் ஆய்வு மையங்கள், குறள்நெறி பரப்பும் மையம், இன்னும் தமிழ்நாட்டுப் பாடநூல் நிறுவனம் (மைய அரசு உதவியோடு) தென்மொழி புத்தக டிரஸ்ட் (அதுவும் மைய அரசு உதவி யோடு), இயல் இசை நாடக மன்றம், தொல்பொருள் ஆராய்ச்சித்துறை முதலானவை. இப்படிப் பல துறைகள், பல நிறுவனங்கள் அமைக்கப்பட்டிருக்கின்றன.

அரசின் சார்பில் இவை தம்மாலான பணிகளைச் செய்து கொண்டிருக்கின்றன. இவையெல்லாவற்றிலும் தமிழ் வளர்ச்சி இயக்ககம் இங்கே நாம் குறிப்பிடத்தக்க அளவுக்கு நம்மோடு மிகவும் தொடர்புடைய ஒன்று. மொழியின் ஆட்சி

என்றவுடனே வாழ்க்கையில், முன்பே குறிப்பிட்டேன், உரையாடல் சூழல், மேடைப் பேச்சு சூழ்ல், குடும்பச் சூழல் இப்படிப்பட்ட நிலையில் ஒன்றும் இடர்ப்பாடு இல்லை. வேறு எங்கே இடர்ப்பாடு? முக்கியமாக ஆட்சி, அடுத்தது நீதி, அடுத்தது கல்வி. இந்த மூன்றும் மிக முக்கியமான இடங்கள். இங்கெல்லாம் செல்வாக்கு வர வேண்டும். ஒன்று ஆட்சி, இன்னொன்று நீதி, இன்னொன்று கல்வி, இன்னொன்று வழிபாடு. அதையும் நீங்கள் சேர்த்துக் கொள்ளத்தான் வேண்டும் - வழிபாட்டுத்துறை, சமயத்துறை இவற்றில் தமிழின் மேம்பாடு தமிழினுடைய பயன்பாடு வர வேண்டும் என்று எதிர்பார்க்கிறோம். அப்பொழுதுதான் ஒரு மொழி உயர்ந்த மதிப்பைப் பெற முடியும்.

தமிழ்நாட்டில் தமிழக அரசு 1956-லேயே தமிழை ஆட்சி மொழியாக்கி ஆட்சிமொழிச் சட்டத்தை உருவாக்கியது. Madras Official Language Act என்பது 1956லேயே வந்துவிட்டது. அதற்குப் பிறகு படிப்படியாகத் தமிழை ஆட்சியில் உயர்த்த வேண்டும் என்று அவர்களும் முயன்று வந்திருக்கிறார்கள். ஆட்சி மொழிச் சட்டம் வந்த பிறகு அதைச் செயல்படுத்து வதற்காக ஆட்சி மொழிக்குழு என்று ஒன்று அமைத்தது.

1957இல் ஆட்சிமொழிக்குழு அமைந்தது. அந்த ஆட்சி மொழிக்குழுவுக்கு உதவி செய்வதற்காகத் தமிழ் வளர்ச்சி ஆராய்ச்சி மன்றம் என்று ஒன்று 1959இல் அமைக்கப்பட்டது. அதே ஆண்டில்தான் பேராசிரியர் டாக்டர் **ந. சஞ்சீவி** அவர்கள் செந்தமிழ் வளர்க்கும் சிந்தனைகள் என்ற நூலை எழுதியிருக்கிறார். அதற்குப் பிறகு தமிழ் வளர்ச்சி இயக்ககம் அமைக்கப்பட்டு இந்தப் பணிகள் எல்லாம் ஒருமுகப்படுத்தப் படுகின்றன. தமிழ் வளர்ச்சி இயக்ககம் உருவான பிறகு தமிழ் வளர்ச்சிப் பணிகளை மற்ற மாநிலங்களிலும் சரி இங்கும் சரி எப்படியெல்லாம் நடைமுறைப்படுத்த வேண்டும் என்பதைப் பற்றிய அறிவுரைகள், ஆலோசனை உரைகள் எல்லாமே தமிழ் வளர்ச்சி இயக்ககத்தின் பொறுப்பில் விடப்படுகிறது. தமிழ் வளர்ச்சி இயக்ககம் முழுமையாகச் செயல்படத் தொடங்கிய பிறகு என்னென்ன நிகழ்ச்சிகள் - குறிப்பிடத்தக்க நிகழ்ச்சிகள் நிகழ்ந்தன என்பதை இங்கே எண்ணிப் பார்க்க வேண்டும்.

நீதிமன்றங்களில் தமிழில் தீர்ப்பு வழங்க வேண்டும் என்று ஓர் ஆணை 18-1-1982இல் பிறப்பிக்கப்படுகிறது. இவை

தவிர தமிழிலேயே கையொப்பமிட வேண்டும் என்று ஓர் ஆணை 21-6-1978இல் பிறப்பிக்கப்படுகிறது. தமிழிலேயே கையொப்பம் இட வேண்டும் என்று ஓர் ஆணை வந்தது என்பது மிக இன்றியமையாத செய்தி. அதற்குச் சில விதிவிலக்கும் கொடுத்திருக்கிறார்கள்.

மடல்கள், அரசு நிர்வாகங்களால் செயல்படுத்தப் படுகின்ற மற்ற நடவடிக்கைகள் எல்லாம் தமிழில் நடக்கட்டும் என்று ஒரு வாய்ப்பு மட்டும் அளிக்கப்பட்டது. ஒரு வாய்ப்பு என்பதைக் கவனிக்க வேண்டும். அது கடுமையான ஆணையாக வரவில்லை. இன்னும் கடைகள், மற்ற நிறுவனங்கள், தமிழ் நாட்டில் உள்ள பொது இடங்கள் இவற்றில் எல்லாங்கூடத் தமிழிலேயே பெயர்ப்பலகை முதலில் அமைக்கப்பட வேண்டும் என்றும் ஓர் ஆணை பிறப்பிக்கப்பட்டது.

இவையெல்லாம் நம்முடைய அரசு கொண்டுவந்த சில குறிப்பிடத்தக்க தமிழ் வளர்ச்சித் திட்டங்கள். இந்தத் தமிழ் வளர்ச்சித் திட்டங்களில் இவற்றை எல்லாம் நிறைவேற்று வதில் இருந்த இடர்ப்பாடுகளை அவர்களே கூடிப்பேசி இருக்கிறார்கள், விவாதித்திருக்கிறார்கள். இப்படி வாய்ப்பு அளிக்கப்பட்டுங்கூட முழுக்க முழுக்கத் தமிழ் வரவில்லை. அது மட்டும் நமக்கு நன்றாகத் தெரிந்த செய்தி. இன்றைக்குங் கூடத் தலைமைச் செயலகத்தில் முதலமைச்சருக்குப் போகின்ற மடல்கள் எல்லாம் கட்டாயம் தமிழில் போகும். மற்ற அலுவலக நடைமுறைகள் எல்லாம் தமிழில் வரவில்லை; தமிழில் இல்லை.

கல்வித்துறைக்கு வருவோம். கல்வித்துறையில் எல்லாப் பாடங்களும் தமிழில் போதிக்கப்பட வேண்டும் - தமிழ் மூலம் கல்வி வழங்கப்பட வேண்டும் என்பது வரவேற்கப்பட்ட ஒரு திட்டம். அது ஒரு நீண்ட வரலாறு. 63க்குள்ளேயே எல்லா மாநிலங்களிலும் அந்தந்த மாநில மொழிகளில் கல்வி வழங்கப்பட வேண்டும் என்று ஓர் இந்திய மையக்குழு முடிவு செய்தது. ஆனால் அது நிறைவேற்றப்படவில்லை. தமிழ் நாட்டைப் பொறுத்தவரையில் திரு. அவினாசிலிங்கம் அவர்கள் முன்பு கல்வி அமைச்சராக இருந்தவர். முழுக்க முழுக்கத் தமிழிலேயே கல்வி வழங்கப்பட வேண்டும், போதனை மொழி தமிழாக இருக்க வேண்டும் என்று மிக அழுத்தமாகப் பேசினார், எழுதினார். அதற்குப் பிறகு மதிப்பிற்குரிய சி. சுப்பிரமணியம் அவர்கள் கல்வி அமைச்சராக

இருந்தார். அவர் காலத்திலும் தமிழைப் பயிற்று மொழியாக்க மிகக் கடுமையாக முயன்றார். “சட்டசபையைத் தமிழில் நடத்தினால் மட்டும் போதாது. சர்வகலாசாலைப் பாடங் களும் தமிழிலேயே போதிக்க ஏற்பாடு செய்ய வேண்டும். ஆனால் இது என்றைக்குச் சாத்தியமாகும் என்று எனக்கே தெரியவில்லை. இதைச் சர்வகலாசாலையே செய்ய வேண்டும். இல்லையேல் மக்கள் சார்பில் அரசாங்கம் தலையிட்டுத் தீர வேண்டிய அவசியம் ஏற்படும்.” இப்படிப் பேசினார், அப்போது இருந்த கல்வி அமைச்சர். அப்போது 1960இல் கோவையில் தமிழ் மூலம் கல்வி முதலில் வழங்கப்பட்டது. அன்றைய நிலையில் தமிழ் மூலம் கல்வி வழங்கப்பட வேண்டும் என்பதில் கல்வி அமைச்சர் மிகவும் உறுதியாக இருந்தும்கூட, அதை நடைமுறைப்படுத்த முடியாமல் போய் விட்டது. அதற்குக் காரணம் என்ன?

இன்னும் ஓரளவுக்கு அதிகமாகச் சொன்னால் அன்றைக்கு இருந்த துணைவேந்தர் ஏ.எல். முதலியாருக்கும், அப்போதைய கல்வியமைச்சர் திரு. சி. சுப்பிரமணியம் அவர்களுக்குங்கூட, இதனால் பிணக்கமும், பூசலும் ஏற் படுமோ என்று அஞ்சத்தக்க அளவுக்குச் சூழ்நிலை முற்றிக் கொண்டு போனது. ஏ.எல். முதலியார் அவர்கள் பல் கலைக்கழக நிர்வாகங்களில் அரசு தலையிடுகிறது என முறையிட்டுப் பத்திரிகைகளில் எழுதக்கூடிய அளவுக்கு நிலைமை மோசமாகி விட்டது. ஆக மொத்தம், இருக்கிற நிலைமை நமக்குத் தெரிகிறது. முத்தமிழ்க் காவலர் கி.ஆ.பெ. விசுவநாதம் போன்றவர்கள், சிலம்புச் செல்வர் ம. பொ.சி. போன்றவர்கள் இவர்கள் எல்லாருமே கடுமையாக எழுதினார்கள், பேசி னார்கள். இருந்தாலும் முழுமையாகத் தமிழ் கல்வி மொழியாக வரவில்லை; வர முடியவில்லை. கோயில்களில் தமிழில் இறைவனை வணங்குவது, மூலத்தானத்தில் தமிழ் ஒலிப்பது என்பதைப் பற்றிப் போராட்டம் வந்த பொழுது அண்மைக் காலத்தில் நீங்கள் பத்திரிகைகளில் பார்த்திருப்பீர்கள். இந்து நாளேட்டில் ஒருமுறை ஒருவர் எழுதியிருந்தார். அப்படியெல்லாம் மூலத்தானத்தில் தமிழில் ஓதினால், அதனால் ஏற்பட்ட தீட்டைக் கழிப்பதற்காக நீங்கள் பணம் செலவு பண்ண வேண்டி வரும் என்றுகூட எழுதினார். அப்படியானால் நம்முடைய பேராசிரியர் டாக்டர். சி. பா. அவர்கள்

"வழிபாட்டில் தமிழ் இல்லை, கல்வியில் தமிழ் இல்லை. அரசில் தமிழ் இல்லை, எங்கே போய்த் தமிழைத் தேடுவது" என்று சில நேரங்களில் மேடையில் பேசுவதைத்தான் இங்கே மீண்டும் ஒருமுறை சொல்ல வேண்டியுள்ளது.

அதையே வேறுவிதமாகத் திருப்பிச் சொன்னால் உள்ளபடியே சமயத் துறையிலும் தமிழுக்குத் தரவேண்டிய இடம் தரப்படவில்லை. ஆட்சித்துறையிலும் தமிழுக்கு வரவேண்டிய இடம் வரவில்லை. இங்கே நான் தரப்பட வில்லை என்றும் வரவில்லை என்றும் சொல்வதற்குப் பல காரணங்கள். கல்வித்துறையிலும் நமக்குக் கிடைக்க வேண்டிய இடம் கிடைக்கவில்லை. இதற்கெல்லாம் காரணம் என்ன? ஆட்சியில் ஆட்சித்துறையில் வராமற்போனது மிகவும் வியப்புக்குரிய - ஆராய வேண்டிய ஒன்றுதான். அது ஒரு புதிய சிக்கலாக இருக்கிறது. இப்போதைய தமிழ் வளர்ச்சி இயக்குநர் திரு. சிலம்பொலி செல்லப்பனார் அவர்கள். அவருக்கு முன்பு டாக்டர் நன்னன் அங்கே இருந்தபொழுது அவருக்கு முன்பு நடந்த பணிகளையெல்லாம் சொல்லிவிட்டு என்னென்ன பணிகள் இங்கு நடக்க வேண்டும் என்பதையும் சொல்லிக் கல்வி அமைச்சரையும் வைத்துக்கொண்டு, கல்விச் செயல ரையும் வைத்துக் கொண்டு ஒரு கூட்டம் நடத்த, அவர்கள் எல்லாரும் இருக்கிற சிக்கல்களை விவாதிக்கிறார்கள். எந்தெந்த வகையில் இதற்குத் தீர்வு காண வேண்டும் என்று பேசுகிறார்கள், அங்கே கூடியிருந்தவர்கள். அவரவர்களுக் குள்ள சிக்கல்களைச் சொல்லுகிறார்கள். ஏன் நடைமுறைப் படுத்தவில்லை என்பதற்குப் பதில் சொல்லுகிறார்கள். ஒன்று, போதிய அளவு தட்டச்சுப் பொறி இல்லை என்பது. தமிழ்த் தட்டச்சுப் பொறி இல்லை அதனால் தமிழை நடை முறைப்படுத்த முடியவில்லை என்பது ஒரு காரணம்; இன்னொரு காரணம், எல்லாவற்றையும் தமிழில் எழுத முடியாது: மெடிக்கல் பில் போன்றவை எல்லாம் வரும் பொழுது மருந்துகளின் பெயர்களை எழுதும்பொழுது தமிழில் எழுத முடியவில்லை. அப்புறம், பட்டியல் தயாரிக்கும் பொழுது பட்டியல் தாள்கள் முன்பே ஆங்கிலத்தில் அச்சடிக்கப்பட்டு விட்டன. அவற்றையெல்லாம் தமிழில் எழுத முடியவில்லை என்பது இன்னொன்று. இப்படிப்பட்ட காரணங்கள் எல்லாம் எடுத்து முன் வைக்கப்படுகின்றன.

இப்படி ஒவ்வொன்றாகச் சிக்கல்களை எண்ணிப்பார்த்துப் பதிலும் சொல்லுகிறார்கள்.

அன்றைய செயலர் தமிழாட்சிக்கு ஆதரவாக இருக்கிறார். இந்தக் கூட்டத்தைத் தொடங்கும்பொழுதே பேரறிஞர் அண்ணா அவர்களுடைய பேச்சில் ஒரு பகுதியை அங்கே மேற்கோளாகக் காட்டித்தான் அந்தக் கூட்டத்தையே தொடங்கியிருக்கிறார்கள். அந்த மேற்கோள் "ஒரு நாட்டில் ஆட்சி மொழியாவதற்குத் தாய் மொழி என்னும் தகுதிக்கு ஈடாக வேறு எந்தத் தகுதியும் ஒரு மொழி பெற்றிடத் தேவையில்லை" என்பது. இதைக் கூர்ந்து நீங்கள் கவனிக்க வேண்டும். "தமிழுக்கு என்ன தகுதியிருக்கிறது என்றெல்லாம் யாரும் கேட்க வேண்டாம். தமிழில் முடியுமா, முடியாதா என்றெல்லாம் பெரிய சர்ச்சைகள் இங்கே பண்ண வேண்டாம். ஒரு நாட்டில் ஆட்சி மொழியாவதற்குத் தாய்மொழி என்னும் தகுதிக்கு ஈடாக வேறு எந்தத் தகுதியும் ஒரு மொழி பெற்றிடத் தேவையில்லை. ஆயினும் நம் தமிழ்மொழி நமது தாய்மொழி என்பதால் மட்டுமன்று, வளமிக்கது என்பதாலும் எவரும் வியந்து பாராட்டத்தக்கது என்பதாலும், அந்த வளம் கெடாமலும் மேலும் வளருமாறும் செயல்களைச் செம்மையாக்கித் தருவது நமது கடமையாகும். தமிழ் ஆட்சிமொழியாக எல்லாத்துறைகளிலும் திகழ்வதற்கான சூழ்நிலையை உருவாக்குவதில் வெற்றி பெற்றிட எல்லாருடைய நல்லார்வமும் நிரம்பத்தேவை" என்ற இந்தப் பகுதியைப் படித்துக் காட்டி இந்தப் பகுதிக்குப் பிறகுதான் அவர்கள் அந்தக் கூட்டத்தைத் தொடங்கி நடத்துகிறார்கள். அப்பொழுது கல்வி அமைச்சர் அவர்கள், பேசியுள்ள சில பகுதிகள் நினைக்கத்தக்கன.

"தமிழ்நாட்டினுடைய ஆட்சி மொழியாகத் தமிழ்தான் இருக்க வேண்டும் என்று நான் சொல்லுகிறபோது மக்கள் ஆட்சி என்ற அடிப்படையில் மக்களுடைய மொழிதான் அதனுடைய ஆட்சி மொழியாக இருக்க வேண்டும். எல்லா நாடுகளிலும் அப்படித்தான் இருக்கிறது என்ற அடிப்படையில் இதை நாம் கொண்டு வந்திருக்கிறோம்" - இப்படிக் குறிப்பிடுகிறார் கல்வி அமைச்சர்.

சிக்கல்களை எடுத்துச் சொன்னவர்கள் பல்வேறு சிக்கல்களைச் சொல்லுகிறார்கள். ஒவ்வொன்றாகப் பதில் சொல்லும் பொழுது தமிழில் எழுதாததற்குத் தண்டிக்க முடியவில்லை.

தண்டிப்பதற்கு இப்போது வழியில்லை. அவர்களுக்குத் தண்டனை கொடுக்க முடியவில்லை. அது ஒரு காரணம் என்றும் அங்கே பேசப்படுகிறது.

இப்படிப் பல காரணங்களை எடுத்து வைக்கும் பொழுது நியாயமான காரணமாகத் தட்டச்சுப் பொறி இல்லை என்பதுதான் முன்னே நிற்கிறது. அதற்கும்கூடத் தீர்வு கண்டார்கள். அரசு அதற்குத் தீர்வு காணச் சம்மதம் தெரிவித்தது. தீர்வு கண்டது. இந்த மெடிக்கல் பில்லில் உள்ள மருந்துப் பெயர்களையெல்லாம் எப்படித் தமிழில் எழுதுவது என்பது பற்றிக் கேட்டபோது பின்வரும் மருந்துகளுக்கு இவ்வளவு செலவு ஆயிற்று என்று எழுதிவிட்டு அதற்குப் பிறகு நீங்கள் மருந்துகளின் பெயரை ஆங்கிலத்திலேயே எழுதிக் கொடுங்கள் என்று அதற்குப் பதில் சொன்னார். அன்றிருந்த தலைமைச் செயலர் திருவாளர் கா. திரவியம் அவர்கள், அன்றிருந்த கல்விச் செயலர், அவர் இப்போது வேறு துறையில் இருக்கிறார். கல்வி அமைச்சர் எல்லாரும் முழுமையாக மும்முரமாக ஆதரிக்கிறார்கள். தமிழில்தான் வர வேண்டும் என்று மிகக் கடுமையாகப் பேசியும் இருக்கிறார்கள். ஆனாலும் நடவடிக்கைகள் தமிழில் வரவில்லை. இங்கே கல்வியைப் பொறுத்தவரையில் உங்களுக்கெல்லாம் தெரியுமோ தெரியாதோ, இங்கே ஒரு மாணவர் நான் தமிழில்தான் விடை எழுதுவேன் என்று சொன்னால் தமிழிலேயே எழுதலாம். ஆங்கிலத்தில் அவர் படித்திருந்தால்கூட, (Medium of Instruction) ஆங்கிலமாக இருந்தால்கூடத் தமிழில்தான் எழுதுவேன் என்று சொன்னால் எழுதலாம். அவருடைய விடைத் தாள்களை மதிப்பீடு செய்தாக வேண்டும். அவருக்கு மதிப் பெண் வழங்கப்படும்.

மைசூரில் பலபேர் விடைத்தாள்களில் கன்னடத்தில் தான் விடை எழுதுகிறார்கள் என்று கேள்விப்படுகிறோம். சொல்லிக் கொடுப்பது ஆங்கிலத்தில் இருந்தாலும் விடை எழுதும்போது கன்னடத்தில் எழுதுகிறார்கள். இன்னும் இந்தோனேசியாவில்கூட அப்படிப்பட்ட சூழ்நிலை உருவாகி யுள்ளது. இப்பொழுது தமிழுக்குத் தடையில்லை. அவ்வளவு தான். இதனால்தான் நான் முதலில் குறிப்பிட்டபோதெல்லாம் ஒரு வாய்ப்பு அளிக்கப்பட்டிருக்கிறது என்று சொன்னேன். தமிழுக்கு வாய்ப்பு அளிக்கப்பட்டிருக்கிறது. ஆனால் தமிழ் முழுமையாக ஆட்சி மொழியாக வரும் என்ற ஓர் உறுதியான

- தெளிவான சூழ்நிலை உருவாகவில்லை. ஏன் உருவாக வில்லை? யாரை இதில் நொந்துகொள்ள முடியும்? இதில் சிக்கல் இருக்கிறது. உள்ளபடியே இது ஒரு மொழிச் சிக்கல். உண்மையாகச் சொன்னால் இந்தி ஒரு மொழிச்சிக்கல் என்பதெல்லாம் நாமே இட்டுக்கட்டி உருவாக்கிக்கொள்வது. இந்தியை எதிர்ப்பதாலோ, வடமொழியை எதிர்ப்பதாலோ, ஆங்கிலத்தை எதிர்ப்பதாலோ தமிழ் வளர்ந்துவிட முடியாது. தமிழை வளர்த்துக்கொண்டுதான் மற்றவற்றை எதிர்க்க வேண்டும். தமிழை வளர்ப்பதற்கு வேண்டிய முயற்சியில்தான் நாம் முழு மூச்சாக ஈடுபட வேண்டும். மற்ற மொழிகளை எதிர்க்கத் தேவையில்லை. அவை தானே ஒதுங்கி ஓடிவிடும். இந்த நேரத்தில் பிரான்சு நாட்டில் நடந்து வரும் ஒரு நிகழ்ச்சியை இங்கே நான் சொல்ல விரும்புகிறேன். 1539இல். பிரெஞ்சு அரசாங்கம் ஒரு சட்டம் போட்டது. இதில் ஆட்சியாக இருந்தாலும் கல்வியாக இருந்தாலும் எல்லாரும் கட்டாயம் பிரெஞ்சு மொழியையே பயன்படுத்த வேண்டும் இல்லையென்றால் அவர்கள் தண்டிக்கப்படுவார்கள் என்று அரசு ஓர் ஆணை பிறப்பித்தது. இது 1539இல். எவ்வளவு நாட்களுக்கு முன்பு என்று எண்ணிப் பாருங்கள். நம்முடைய நாட்டில் ஒரு வழி தெளிவாகப் போடப்பட்டாலன்றிப் பழைய வழியை மாற்ற முடியாது. இதற்குப் பல காரணங்கள் உண்டு. ஒன்று, சென்னை ஒரு பலமொழிச் சூழல் உள்ள நகரம். பல பண்பாட்டுச் சூழல் உள்ள நகரம். இந்த நகரத்தில் ஆங்கிலத்திற்கு இடம் தருகிறவரை ஆங்கிலம்தான் இருக்கும். இனி வரும் ஒரு காலத்தில் ஒரு கால் தலைநகரம் அடிக்கடி பேசப்பட்டது போலத் திருச்சிக்கோ, தஞ்சைக்கோ மாற்றப் பட்டு விட்டால் அப்பொழுது இருக்கிற சூழ்நிலை வேறாக இருக்கலாம். இங்கே இந்தச் சூழ்நிலையில் பன்மொழிச் சூழல், பல பண்பாட்டுச் சூழல். அப்படி இருக்கும்பொழுது முடிந்தவரை இங்கே ஆங்கிலம் தொடரும், இது ஒரு காரணம். இன்னொரு காரணம் நமக்குப் பழக்கம் என்று ஒன்று இருக்கிறது. அதிலிருந்து நாம் நம்மை எளிதில் மாற்றிக் கொள்ளவே மாட்டோம். தமிழை முழுமையாக ஆதரிப்பவர் கூடப் பழக்கத்திற்கு ஆட்பட்டு ஆங்கிலத்திலேயே எழுது கிறோம். இது இன்னொரு காரணம். சட்டத்தில் ஆங்கிலம் தொடரலாம் என்று இருந்தாலே போதும். நம்முடைய நடவடிக்கையை மாற்றிக்கொள்ள வேண்டிய தேவை

இல்லாமல் போய்விடுகிறது. அப்பொழுது ஆங்கிலம் தொடருமே தவிரத் தமிழ் வருவதற்கு வழியில்லாமல் போகும். இந்த நேரத்தில் ஆட்சியாளர்கள் என்ன செய்ய முடியும் என்று அந்தப் பக்கமும் எண்ணிப் பார்க்க வேண்டியிருக்கிறது. நம்முடைய அரசு எடுத்திருக்கிற முடிவு இருக்கிறதே அதையும் கருத வேண்டும். இங்கே நம்முடைய அரசு என்று சொல்லு கிறேன். கட்சியல்ல. அரசு என்ன முடிவு எடுத்திருக்கிறது? தமிழ் வளர்ச்சியைத் தடுக்கவில்லை. முடிந்தவரை உதவுகிறோம். ஆனால் மற்ற மொழியைக் கதவிட்டு அடைக்கமாட்டோம் என்று அப்படிப்பட்ட ஒரு முடிவினை நாம் எடுத்திருக் கிறோம். அதாவது நம் அரசு எடுத்திருக்கிறது. அரசு அந்த முடிவிலிருந்து தன்னுடைய போக்கை மாற்றிக்கொள் வதற்காக வேறு சூழ்நிலை உருவானால் ஒழிய இந்த நிலைமை மாறாது. மாற முடியாது.

வேறு என்ன சூழல் உருவாக வேண்டும்? மக்களிட மிருந்து எல்லாம் தமிழில் வரவேண்டும் என்று ஒரு வலிமையான குரல் எழுப்பப்பட்டாலன்றி வேறு வழியில்லை. 'எங்கும் தமிழ், எதிலும் தமிழ்' என்ற முழக்கம் மக்களிட மிருந்து வரவேண்டும். ஒரு சிலரிடத்திலிருந்து வந்தால் போதாது. அதோடு மொழியை அரசியலாக்குகின்ற ஒரு போக்கை இங்கே நாம் பார்க்கிறோம். இந்த நேரத்திலே இந்தோனேசியா என்ற நாட்டில் உள்ள ஒரு மரபை இங்கே சுட்டிக்காட்ட வேண்டும். அங்கே கட்சி மாறினாலும், ஆட்சி மாறினாலும் ஆட்சியாளர்கள் மாறினாலும் மொழியைப் பொறுத்தவரையில் முற்போக்குக் கொள்கையோடு எடுத்துக் கொண்ட ஒரு முடிவை மாற்றிக் கொண்டு பிறகு பிற்போக்குத் தனமாகப் போகக் கூடாது என்று அவர்களுள் ஓர் ஒப்பந்தம், பெருந்தன்மையான ஒப்பந்தம் இருக்கிறது. இந்தோனேசி யாவில் நூற்றுக்கு மேற்பட்ட வழக்குகள், வட்டார வழக்குகள் இருக்கின்றன. அந்த வழக்குகள் எல்லாவற்றையும் ஒரு முகப் படுத்திப் பொதுநிலை வழக்கு ஒன்றை உருவாக்கி அதற்கு 'பாஷா இந்தோனேசியா' என்று பெயர் கொடுத்து, அந்த மொழியைத்தான் அங்கே ஆட்சி மொழியாகவும் கல்வி மொழியாகவும் வைத்திருக்கிறார்கள். அதற்கு எழுத்துக் கொடுத்தபொழுது ரோமன் எழுத்துக்களையே அவர்கள் பயன்படுத்திக் கொண்டார்கள். அந்த ரோமன் எழுத்தில் சில சீர்திருத்தங்களை, சில மாற்றங்களை அங்கே உருவாக்கி

னார்கள். இவற்றை நடைமுறைப்படுத்துவதற்கு அந்த நாட்டின் குடியரசுத் தலைவர் தனி ஆணை ஒன்றைப் பிறப்பித்தார். மொழி சார்பாக நாம் எடுத்துக்கொண்ட முடிவில் கட்சி வேறுபாடு காரணமாக எந்தக் குழப்பமும் வர இடந்தரக் கூடாது என்று அவர்களுக்கு மரபு தழுவிய ஓர் ஒப்பந்தம் இருக்கிறது. நம்முடைய நாட்டுச் சூழலுக்கு இதை நான் பொருத்திச் சொன்னால் இப்பொழுது அண்மைக் காலத்தில் எழுத்துச் சீர்திருத்தத்தை நடைமுறைப்படுத்தி அரசு ஆணை யிட்டது. வேறு ஒரு கட்சி - ஏதோ ஒரு கட்சி என்று·வைத்துக் கொள்ளுங்கள், ஆட்சிக்கு வரும்பொழுது இந்த எழுத்துச் சீர்திருத்தம் பிடிக்கவில்லை என்று கூறிப் பழைய தும்பிக்கை ‘லை’யே போடுங்கள் என்று ஆணையிடக் கூடாது. இப்படிப் பட்ட ஒட்டு மொத்தமான ஓர் உடன்படிக்கை - ஒப்பந்தம் மொழி வளர்ச்சி நோக்கில் நம் எல்லாருக்கும் தேவை.

ஆனால் இங்கே ஒரு சூழலில் தமிழ் கல்வி மொழியாக வர வேண்டும் என்று பேசியவர்கள், எழுதியவர்கள், அதைப் பயிற்சியாகக் கொண்டு வந்தவர்கள், அவர்களேகூட, ஒரு கால கட்டத்தில் தமிழ் கல்வி மொழியாக வருவதை எதிர்த்தார்கள். இங்கே மொழி அரசியல் ஆக்கப்பட்டிருக்கிறது. மொழி வளர்ச்சியை அரசியல் ஆக்குவது மக்களுக்கு இழைக்கின்ற மாபெருங்கேடு. இன்று வாழ்கின்ற மக்களுக்கு மட்டும் இல்லை. எதிர்காலத்தில் வரப்போகின்ற மக்களுக்கும் இழைக் கின்ற மாபெருங்கேடு. ஏனென்றால் மொழியினுடைய முன்னேற்றம் பின் தள்ளிப் போடப்படுகிறது. அப்பொழுது அதனால் வருகின்ற இழப்பு இருக்கிறதே, அது சாதாரண எளிய இழப்பு அல்ல - மாபெரும் இழப்பு. அந்த உணர்வு நம்முடைய மக்களுக்கும் அரசியல் கட்சிக்காரர்களுக்கும் வேண்டும். மொழியை அரசியல் ஆக்கக்கூடாது. மொழி வளர்ச்சிப் பணி கடந்த காலம், நிகழ்காலம், எதிர்காலம் எல்லாவற்றையும் மனத்தில் கொண்டு இயற்றப்பட வேண்டிய ஒன்று. அந்தச் சிந்தனையோடு செயல்பட்டிருந்தால் சில சிக்கல்களை ஒரு கால் எளிதாகத் தீர்த்திருக்கலாம். இங்கே நான் இதுவரை குறிப்பிட்டவற்றை மீண்டும் எண்ணிப் பாருங்கள். நாம் மொழி வளர்ச்சி பற்றிச் சிந்தித்திருக்கிறோம். முடிந்ததைச் செய்திருக்கிறோம்; ஆனால் வெல்லவில்லை. தோற்றுப் போனோம் என்று சொல்லமாட்டேன். வெல்லவில்லை; இன்னும் வெல்லவில்லை. நாம் செய்திருக்கிற பணிகள்

எல்லாம் தேவையான பணிகள்தான். உணர்ச்சி ஊட்டியது தேவையான பணி. பழமையைப் பேணியது தேவையான பணி. மொழி வளர்ச்சிக்காக இத்துணை மன்றங்களும், சங்கங்களும், நிறுவனங்களும் உருவானது தேவையான பணி; இவ்வளவு இருந்தும் ஆட்சியில் தமிழைக் கொண்டுவர முடியவில்லை. நீதியில் தமிழைக் கொண்டு வர முடியவில்லை. ஏதோ ஒப்புக்குக் கொண்டு வந்திருக்கிறோமே தவிர முழுமையாகக் கொண்டு வர முடியவில்லை. கல்வியிலும் கொண்டுவர முடியவில்லை.

என் மதிப்பிற்குரிய நண்பர் ஒருவர் ஓர் அருமையான கருத்தைச் சொன்னார். தலைமைச் செயலகம் முழுவதையும் தமிழாக்கி விடுங்கள். ஒரு வாரத்தில் தமிழகம் முழுவதும் தானே தமிழ் வந்துவிடும் என்று சொன்னார். இது மிகக் கடுமையான ஆனால் உண்மையான கருத்து. தலைமைச் செயலகம் முழுவதையும் தமிழாக்கி விடுங்கள். ஒரு வாரத்தில் தமிழகம் முழுவதும் தானே தமிழ் வந்துவிடும். இதற்கு என்ன பொருள். நான் முன்பே சொன்னேன். இது பன்மொழிச் சூழல், பல பண்பாட்டுச் சூழல் உள்ள நகரம் என்று. அமைச்சர்கள் தமிழை ஆதரிக்கிறார்கள். முறுவல் பூத்துத் தலையசைத்து ஆதரிப்பது மட்டும் இல்லை. கடுமையாக முனைந்து ஆதரித்துப் பேசுகிறார்கள். உண்மையாக எல்லாம் தமிழில் வருவதை விரும்புகிறார்கள். முதலமைச்சர் ‘கோப்புகள் என்னிடம் தமிழில் வந்தால்தான் கையொப்பம் இடுவேன் - இல்லையென்றால் கையொப்பம் இட மாட்டேன்’ என்றுகூட அறிவித்தார். ஏனைய அமைச்சர்களும் அதை ஆதரிக்கிறார்கள். தமிழில்தான் வரவேண்டும் என்று அவர்களும் அழுத்தம் திருத்தமாகச் சொல்லுகிறார்கள். இருந்தும் இங்கே தமிழ் வரவில்லை என்றால்! ஆட்சியில் தமிழ் வராதபொழுது தமிழுக்கு மரியாதை எப்படி வரும்?

ஒரு மொழியினுடைய பயன்பாட்டுக்கு ஏற்றபடிதான் மரியாதை வரும். இந்த நாற்காலியை வைத்துக் கொள்வோம். நானோ பேராசிரியரோ உட்காருவதற்கு இந்த நாற்காலியைப் பயன்படுத்தும்பொழுது இந்த நாற்காலி இப்படி இருக்கலாம். மிகப் பெரிய பதவிக்கு உரிய பெரியவர் ஒருவர் பதவி ஏற்கும்போது அவருக்கு இந்த நாற்காலியில் அவர் உட்காருவாரா? இந்த மேடையைத்தான் போட முடியுமா? பயன்படுத்துபவர் உயர்வுக்கு ஏற்றபடி அந்தப் பொருளும் உயர்ந்து

விடுகிறது. தமிழைப் பயன்படுத்துபவர்கள் எல்லாரும் எளியவர்கள், ஏழைகள், சாமான்யர்கள்; தமிழுக்கு உள்ள மரியாதையும் அவ்வளவுதான். இதையெல்லாம் ஆழமாகச் சிந்திக்க வேண்டும். எம்.பி.பி.எஸ். படிப்புக்குப் போகிறவர்களுக்குத் தமிழ் வேண்டாம். எஞ்சினியரிங் படிக்கப் போகிறவர்களுக்குத் தமிழ் வேண்டாம். சட்டம் படிக்கப் போகிறவர்களுக்குத் தமிழ் வேண்டாம். இதுதானே இன்றைய நிலை. இந்த நாட்டினுடைய தலைவிதியை நிர்ணயிக்கப் போகிறவர்களெல்லாம் அவர்களாகவே இருக்கிறார்களே! தமிழுக்கு எப்படி மரியாதை வரும்? யாரால் நம்முடைய வாழ்க்கை நிர்ணயிக்கப்படுகிறதோ அவர்களுக்கெல்லாம் தமிழ் தேவையில்லை. அப்படியானால் தமிழுக்கு என்ன மரியாதை இருக்கும்? யாரால் நம்முடைய எதிர்காலம் உருவாக்கப்படுகிறதோ அவர்களுக்குத் தமிழ் தேவையில்லை என்ற அளவுக்கு ஆகிவிட்டது. தமிழினுடைய பயன்பாடு கூடக் கூடத்தான் தமிழுக்கு மரியாதை வரும். அதனால்தான் தமிழ் ஆட்சி என்ற தலைப்பையே கொடுத்தேன். தமிழினுடைய பயன்பாடு மிக மிகத்தான் தமிழுக்கு மரியாதை வரும் - வர முடியும். தமிழின் பயன்பாட்டை வளர்க்காமல் தமிழை 'தமிழ் என் மூச்சு, என் ஆவி, என் உயிர்' என்றெல்லாம் போற்றிப் புகழ்ந்து பேசுவதில் என்ன பயன்? நம்மைப் போலச் சிலர் பேசுவது உண்மையாக இருக்கலாம். பேச்சையே தொழிலாக்கி வாழும் சிலர் மக்களிடத்தில் மேடையில் அப்படிப் பேசுவதெல்லாம் முழுக்க முழுக்க ஏமாற்றுப் பேச்சு என்றுதான் சொல்வேன்.

இந்த மொழி வளர்ச்சி, தமிழ் ஆட்சி இதைப் பற்றி யெல்லாம் ஆழமாகச் சிந்தித்துப் பார்த்து அவற்றுக்காகத் தனி ஆய்வுகளை நடத்தி "இது நடக்கவில்லையா? ஏன் நடக்கவில்லை? இந்த ஆண்டுக்குள் இதை முடித்து ஆகவேண்டும். நடத்தி முடிக்க வேண்டும். நடத்தியே தீருவோம்" என்று ஒரு காலவரையறையை நிர்ணயிக்கிற அளவுக்கு ஆற்றல் படைத்தவர்களை இப்பொழுது நாம் தேடிக்கொண்டிருக்கிறோம். அப்படி இல்லையென்றால் இந்தக் கோரிக்கையை -முயற்சியை மக்கள்மயமாக்கவும் இதில் உள்ள நன்மையை விளக்கிப் பேசவும் நம்மைப்போல் படித்தவர்கள் முன்வர வேண்டும். முன்வரவில்லையென்றால் நாம் நம்முடைய மக்களுக்குத் துரோகம் செய்கிறோம் என்று பொருள். ஏதோ படித்துவிட்டு நம்மை நாமே ஏமாற்றிக் கொள்கிறோம் என்று பொருள்.

இந்தக் காலத்தில் நாம் விடுதலைப் போராட்டம் நடத்த முடியாது. இந்தி எதிர்ப்புப் போராட்டமோ வடமொழி எதிர்ப்புப் போராட்டமோ அல்லது ஆங்கில எதிர்ப்புப் போராட்டமோ இவையெல்லாம் நடத்திப் பயன் இல்லை. இன்று செய்ய வேண்டிய வேலை வேறு என்ன? 'எங்கும் தமிழ் எதிலும் தமிழ்' என்பதை உள்ளபடியே நடைமுறைப்படுத்த என்ன செய்யவேண்டும். அதற்கு வேண்டியதை உடனே செய்வோம் என்று அந்தச் சிந்தனையை ஊட்ட வேண்டும். இதற்கு எதிராக நடைபெறுகின்ற திரிபுப் பிரசாரத்தை முறியடிக்க வேண்டும். திரிபுப் பிரசாரங்கள் என்னென்ன? ஆட்சித்துறையில் தமிழ் வரவில்லையென்றால் உண்மையான காரணங்கள் என்னென்ன? அங்கே பணியாற்றுபவர்களுக்குத் தமிழன் மீது ஈடுபாடு இல்லை. உண்மையாகவே சொல்லப் போனால் அவர்களுக்கு முழுமையான அக்கறை இல்லை. அமைச்சர்கள் முழுமையாகப் பேசி முழுமையாக ஏற்றுக் கொண்டு சட்டம் ஒன்று உருவாகி அதற்குப் பிறகும் தமிழ் நடைமுறைக்கு வரவில்லையென்றால் என்ன இது மந்திரமா? மாயமா? இருப்பவர் களுக்கு அக்கறை இல்லை.

இது இங்கு மட்டும் இல்லை. மற்ற மாநிலங்களிலும் இதே நிலை. இதற்கு என்ன பொருள்? ஆங்கிலேயர்கள் போய் விட்டார்கள். ஆங்கிலம் இருக்கிறது. அதன் அடிவருடி களும் இருக்கிறார்கள். இப்படி நான் சொல்லும் பொழுதெல்லாம் ஆங்கிலம் நமக்குத் தெரியக்கூடாது என்று நான் சொல்லு வதாகத் தயவுசெய்து தவறாக நினைக்காதீர்கள். அதைப் பற்றியும் நான் பிறகு விளக்கமாகப் பேசுகிறேன். ஆங்கிலத்தை மேலானதாக எண்ணி அண்ணாந்து பார்க்கின்ற அந்த இழிவு மனப்பான்மை நீங்க வேண்டும் என்று சொல்லுகிறேன். ஆங்கிலத்தைத் தாராளமாகக் கற்றுக் கொள்ளுங்கள். படித்துக் கொள்ளுங்கள். தெரிந்துகொள்ளுங்கள். எவ்வளவு வேண்டு மானாலும் படியுங்கள். ஆனால் ஆங்கிலத்தைத் தெய்வமாக எண்ணி அண்ணாந்து பார்க்கின்ற அந்த இழிவு மனப்பான்மை -ஆங்கிலம் படித்தவனெல்லாம்அறிஞன் என்று நினைக்கின்ற அந்தத் தவறான எண்ணம் நீக்கப்பட வேண்டும். நான் அடிக்கடி சொல்லுவேன். இங்கிலாந்திலும் முட்டாள்கள் இருக்கிறார்கள் தெரியுமா என்று. ஆங்கிலம் தெரிந்தவ னெல்லாம் அறிஞன் என்று நினைத்தால் அதைவிட மூடத் தனமான எண்ணம் வேறு என்ன இருக்க முடியும்? இதை நீங்கள் சிந்திக்க வேண்டும்.

தமிழை ஊன்றிப் பாருங்கள். தமிழை உயர்த்துங்கள். தமிழை என்று நான் சொல்லும்போது இதே அடிப்படையில் தான் வங்காளியர் வங்காளத்தை உயர்த்த வேண்டும் என்று சொல்லுகிறேன். தெலுங்கர்கள் தெலுங்கை உயர்த்த வேண்டும் என்று சொல்லுகிறேன். மலையாளியர் மலையாளத்தை உயர்த்த வேண்டுமென்று சொல்லுகிறேன். நம்முடைய மொழியை நாம் உயர்த்த வேண்டும். அதற்கு மாறாக வேறொரு மொழியை வால் பிடித்துக் கொண்டு கிடப்பது நமக்கு ஒரு அவமானம். நம்முடைய சுயமரியாதைக்கு அது ஒரு கேடு, ஒரு இழுக்கு. அந்த அடிப்படையில் மொழி வளர்ச்சிக்கு வேண்டிய வற்றை ஆராய்ச்சி மூலம் கண்டறிந்து முடிவு செய்ய வேண்டும். சிக்கல்களைச் சொன்னேன். தீர்வுகளைப் பற்றி விரிவாக எண்ணிப் பார்க்க வேண்டும்.

இப்படி உலக நாடுகளில் எங்காவது இந்தச் சூழ்நிலைகள் உண்டா? நமக்கு வழிகாட்டியாக ஏதாவது நாடுகள் இருக் கின்றனவா என்று எண்ணிப் பார்ப்பது இங்கே பொருத்தமாக இருக்கும். இரஷ்ய நாட்டில் நூற்றுக்கணக்கான மொழிகள் இருக்கின்றன. இந்தியாவில் ஆயிரத்துக்கு மேற்பட்ட மொழிகள் இருக்கின்றன. நாம் எண்ணிக் கொண்டு இருப்பது இந்தப் பதினைந்து மொழிகளை மட்டும். ஆனால் உள்ள படியே இங்கே ஆயிரத்துக்கு மேற்பட்ட மொழிகள் இருக் கின்றன. மொழிச்சிக்கல் என்று சொல்லும் பொழுதெல்லாம் இந்தி ஆதிக்க எதிர்ப்பு என்ற ஒன்றை மட்டும் எண்ணிக் கொண்டிருக்கிறோம். இது மிகவும் தவறு. என்னைக் கேட்டால் இந்தி ஆதிக்க எதிர்ப்பு என்பது அரசியல் வாதிகளுக்குத்தான் பிரச்சினை. அது நமக்கு பிரச்சினையே அல்ல. ஏன் பிரச்சினை இல்லை என்று சொல்லுகிறேன் என்றால் உண்மையாக அது பிரச்சினையல்ல. அதைப் பிரச்சினையாக ஆக்கி வைத்திருக்கிறோம். தேசிய மொழி என்று ஒன்று வேண்டும் என்று ஓர் அலங்காரச் சிந்தனை வந்ததனால்தான் இந்தக் கோளாறு. இந்தியாவிற்கு ஓர் இணைப்பு மொழி வேண்டும் என்று நினைப்பதிலேயே ஓர் அடிப்படை இல்லையே. உலகம் ஒன்றாக இருக்கிறது. உலகத் துக்கு ஓர் இணைப்பு மொழி இருக்கிறதா? வேண்டுமென்று எதிர்பார்க்கிறோமா? உலகத்தோடு நாம் கருத்து உறவு கொள்ளவில்லையா? அப்படி உறவுகொள்ளுவதற்கு மொழி பெயர்ப்பு துணை இருக்கிறதே. மொழி பெயர்ப்பு மூலம்

எல்லாப் பணிகளும் நடக்க முடியும். தேசியப்பறவை, தேசிய இலக்கியம், தேசிய மொழி பிறகு இன்னும் எல்லாவற்றுக்கும் தேசியம். தேசியம்! தேசியமரம், தேசியப்பூ - இப்படிப் போய்க் கொண்டே இருக்கலாம். இது ஓர் அலங்காரச் சிந்தனையே தவிர, உள்ளபடியே ஆழமாக எண்ணிப் பார்த்தால் அப்படி ஒன்றும் தேவை இருப்பதாக ஏற்றுக் கொள்ள முடியாது.

இரஷ்யாவில் நூற்றுக்கணக்கான மொழிகள் இருக் கின்றன. அந்த மொழிகளில் அங்கே (அவர்கள்) ஏற்படுகின்ற சிக்கல்களை அவ்வப்போது தீர்த்துக்கொள்ளவும் எல்லா மொழிகளையும் வளர்த்து வாழவைக்கவும் வழி காணு கிறார்கள். இரஷ்ய மொழி அளவுக்கு மற்ற மொழிக ளெல்லாம், அந்த அளவுக்கு இன்று இல்லையானாலும் பத்து ஆண்டு களுக்குப் பிறகு அல்லது இருபது ஆண்டுகளுக்குப் பிறகு, நிச்சயம் உயர்ந்தே தீரும். அதற்கு வேண்டிய செயல்கள் நடந்து கொண்டிருக்கின்றன. அதனால் அந்த மக்களுக்கு நம்பிக்கை இருக்கிறது. எல்லா மொழிக்காரர்களும் நம்முடைய மொழி யும் ஒருநாள் நம்முடைய மகன் காலத்தில், அல்லது பேரன் காலத்தில் நிச்சயமாக உலக மொழி அளவுக்கு உயரும் என்று முழுமையான நம்பிக்கையோடு இருக்கிறார்கள். அந்தக் காரணத்தினால்தான் அங்கே மொழி ஒரு சிக்கலுக்கு உரியதாக ஆகவில்லை. ஆனால் இங்கே நாம் சிக்கல் இல்லாததை யெல்லாம் சிக்கல் என்று பேசிக் கொண்டிருக்கிறோம். உண்மையான சிக்கலை மூடி மறைத்து அமுக்கி வைத்திருக் கிறோம். எல்லாரும் விரும்பியும் எங்கும் தமிழ் எதிலும் தமிழ் என்ற நிலை வராதது பெரிய சிக்கலில்லையா? இந்தச் சிக்கலைப் பற்றி ஆராய்ந்திருக்க வேண்டாமா? அதற்குத் தீர்வு கண்டிருக்க வேண்டாமா? இதற்கு என்ன காரணம்? அதைச் சிக்கலாகவே எண்ணிப் பார்க்கவில்லையே நாம் யாரும். அதுதான் உள்ளபடி சிக்கல்.

இங்கே இந்தச் சிக்கலெல்லாம் ஒரு பக்கம் இருக்க இந்தச் சிக்கல்களைச் சொல்லும் பொழுது உலக நாடுகளில் இரஷ் யாவைப் பற்றிச் சொன்னேன். இன்னும் மலேசிய நாடு, இந்தோனேசிய நாடு இவையெல்லாம் நமக்குப் பின்னால் உரிமை பெற்ற நாடுகள். இந்த நாடுகளில் நிலைமை என்ன? இந்த நாட்டு மக்கள் எல்லாரும் பல்கலைக்கழகக் கல்வி அளவுக்கு மொழிகளையே பயன்படுத்தினார்கள். ஆட்சித்

துறையில் அந்த மொழி, கல்வித்துறையில் அந்த மொழி, நீதித் துறையில் அந்த மொழி இப்படி எல்லா நிலையிலும் மலேசிய மொழி, இந்தோனேசிய மொழி இப்படி இவையெல்லாம் வளர்ந்து உயருகின்றன.

இவற்றையெல்லாம் அவர்கள் செய்வதற்கு மிக உறு துணையாக இருக்கிற வழிமுறை மொழி மேம்பாட்டுத் திட்டம் அல்லது Language Planning என்பது. இந்த மொழி மேம்பாட்டுத் திட்டம் என்பதை அவர்கள் முறையாகப் பயன்படுத்திக் கொண்டார்கள். மொழி மேம்பாட்டுத் திட்டம் என்பது என்னென்ன வேலைகளைச் செய்யும்? அதைக் கொஞ்சம் எண்ணிப் பார்ப்போம். அதற்குப் பிறகு இருக்கின்ற சிக்கல்களும் தீர்வுகளும் என்ன என்று பிறகு பார்ப்போம். மொழி மேம்பாட்டுத் திட்டம் என்னென்ன வேலைகளைச் செய்கிறது என்றால் எழுத்து இல்லாத மொழிகளுக்கு எழுத்துக் கொடுப்பது ஒன்று. எழுத்தே இல்லாத தோத மொழி. கோத்தமொழி, படகமொழி இப்படிப்பட்ட மொழிகளுக்கு எழுத்து கொடுப்பது. இதை எழுத்து உருவாக்கம் என்று சொல்லுவோம். இன்னும் நான் இந்தோனேஷிய மொழியைச் சொன்னேன். நூற்றுக்கு மேற்பட்ட வழக்குகள் இருக்கும்போது அவற்றுள் ஏதாவது ஒரு வழக்கைப் பொது வழக்காக அல்லது பொது மொழியாகக் கண்ணை மூடிக்கொண்டு ஏற்றுக் கொள்ளலாமா? இல்லை, எல்லா வழக்குகளையும் பார்த்துப் பொதுக் கூறுகளை உருவாக்கிப் பொது மொழியை உருவாக்குவதா? இவற்றைப் பற்றியெல்லாம் ஆராய்வதற்குத் தனிக்குழு அமைத்து அதற்காகவும் திட்டம் தீட்டுகிறார்கள். இதற்கு மொழிப் பொதுநிலை ஆக்கம் என்று பெயர். இதுவும் மொழி மேம்பாட்டுத் திட்டங்களில் ஒன்று.

அடுத்து எழுத்துக்களில் நாம் இப்பொழுது செய்தது போலச் சீர்திருத்தங்கள் செய்துகொள்ளுவது. நாம் செய்து முடித்திருக்கிற சீர்திருத்தம் மிகச் சாதாரண சீர்திருத்தம். என்ன செய்திருக்கிறோம்? எழுத்தமைப்பை ஓரளவுக்கு ஒழுங்காக்கி யிருக்கிறோம். பதிலாக எதுவும் செய்யவில்லை. ஒரு குழந்தை யும் இதை விளங்கிக் கொள்ளும். முன்பு பெரியார் ஈ.வெ.ரா. அறிமுகப்படுத்தியதை அரசு ஏற்றுக்கொண்டது. கை என்பதற்கு இரட்டைக் கொம்பும், கானாவும் போடுவது போல் லை என்பதற்கும் இரட்டைக் கொம்பும் லானாவும்

போடுங்கள். இவ்வளவுதான் சொல்லியிருக்கிறோம். இதற்கே எவ்வளவு எதிர்ப்பு. எவ்வளவு கூச்சல். எவ்வளவு குழப்பம். அப்படியென்றால் பாருங்கள். தமிழுக்கு இங்கே எவ்வளவு எதிர்ப்பு என்று. மேடைகளில் தமிழ் தமிழ் என்று பேசு கிறார்களே தவிரச் செயல்களில் ஈடுபட்டு நிறைவேற்றும் போது எதிர்ப்பு நிறைய இருக்கிறது. எதிர்ப்பை எதிர்த்துச் சமாளிக்கும் திறமை உடையவர்கள் வலுவுள்ளவர்கள் இங்கே மிகவும் குறைவு. அப்படிப்பட்ட ஒரு சூழ்நிலையில் நாம் வாழ்ந்துகொண்டிருக்கிறோம்.

இந்தச் சீர்திருத்தம் சாதாரணம் என்று நான் சொன்ன தற்குக் காரணம் உண்டு. சீன மொழியிலும், ஜப்பானிய மொழியிலும் ஆயிரக்கணக்கில் எழுத்துக்கள் இருக்கின்றன. ஆயிரக்கணக்கில் அந்த எழுத்துக்களில் குழந்தைகளுக்குச் சொல்லிக் கொடுக்கும்போது அவர்களுக்குப் பல சிக்கல்கள் பல துன்பங்கள், அந்த எழுத்துகளை அவர்கள் சொல்லிக் கொடுப்பதற்குப் பிளாஸ்டிக் அட்டைகள் எல்லாம் படம் போட்ட அட்டைகள் - பயன்படுத்தப்படுகின்றன. நூற்றுக் கணக்கில், ஆயிரக் கணக்கில் சொல்லிக் கொடுக்கிறார்கள். சீன மொழியைப் புதுமைப்படுத்துவதற்காக ரோமன் எழுத்துக் களைப் பயன்படுத்த முடியுமா என்ற ஒரு பரிசோதனை நிகழ்ச்சியை நிகழ்த்திப் பார்த்தார்கள். இன்னும் நிகழ்த்திப் பார்க்கிறார்கள். சீன மொழியிலேயே எழுத்து மொழி எல்லாருக்கும் விளங்கும். பேச்சு மொழி எல்லாருக்கும் விளங்காது. அது ஒரு பெரிய நாடு. உலகில் எந்த நாட்டுக்கும் இல்லாத ஒரு வசதி சீன நாட்டிற்கு இருக்கிறது. அங்கே மொழிப் பிரச்சினையே இல்லை. இருப்பது ஒரே ஒரு மொழி. ஜப்பானுக்கும் மொழிப்பிரச்சினை இல்லை. அங்கும் இருப்பது ஒரே மொழி. இந்த சீன நாட்டுக்கு மொழிப் பிரச்சினை இல்லையென்று நாம் சொல்லுவது பல்வேறு மொழிகள் இல்லையென்ற சூழலைக் கருதித்தான். ஆனால் அங்கே பல்வேறு வழக்குகள் இருக்கின்றன. அது பிரச்சினை. அவர்களுக்கும் பொது வழக்கு ஒன்றை உருவாக்க வேண்டும். அதை உருவாக்குவதற்கு இந்த மொழி மேம்பாட்டுத் திட்டத் தார்கள் உதவுகிறார்கள். சீனமொழி ஒரு பக்கம். அதே திக்கில் செல்லுகின்ற ஜப்பானிய மொழியில் மூன்று வகையான எழுத்துக்கள் பயன்படுத்தப்படுகின்றன. மூன்று வகையான எழுத்துக்கள். ஹீரகானா என்று ஓர் எழுத்துக்குப் பெயர்.

கத்தாகானா என்று இன்னொரு எழுத்துக்குப் பெயர். இன்னொரு எழுத்து ரோமன் எழுத்து. இந்த மூன்று வகை எழுத்துக்களையும் அவர்கள் அன்றாட வாழ்க்கையில் எழுதிப் பயன்படுத்திக் கொள்ளுகிறார்கள். இதற்கு எடுத்துக்காட்டு ஒன்றைச் சொன்னால், நம்முடைய பகுதியில் தமிழ் மொழியையும் கிரந்த எழுத்தையும் ஆங்கில எழுத்தையும் கலந்து எழுதுவது நமக்குப் பழகிப்போய்விட்டால் எப்படியோ அப்படிப்பட்ட ஒரு சூழ்நிலை ஜப்பானிய மொழியில் நிலவுகிறது. இது சில நேரங்களில் அவர்களுக்குச் சிக்கலாகத்தான் இருக்கிறது. இந்தச் சிக்கலைத் தீர்ப்பது எப்படியென்று அவர்கள் சிந்திக்கிறார்கள்.

இரஷ்யாவில் உள்ள நிலையைச் சொன்னேன். அங்கே இதற்காகவே மொழிச் சிக்கலை ஆராயவும் தீர்வு காணவும் தனியே நிறுவனங்கள் அமைக்கப்பட்டிருக்கின்றன. மொழிச் சிக்கலை ஆராய்வதற்கு இன்னும் மற்ற நாடுகளில் அவ்வப் போது அரசு சில குழுக்களை அமைத்து ஆராய்ச்சியை நிகழ்த்துமாறு வேண்டுகிறது. மொழி வளர்ச்சி என்பது என்ன? எல்லாரும் நாம் மொழி பேசுகிறோம். உண்மைதான். ஆனால் மொழி வளர்ச்சிக்கு எல்லாரும் திட்டம் கொடுக்க முடியாது. இது எதைப்போல என்றால் நம் எல்லாருக்கும் இதயம் இருக்கிறது. இதயத்தில் கோளாறு ஏற்பட்டால் எல்லாரும் போய் அங்கே கை வைக்க முடியாது. எல்லாருக்கும் மூளை இருக்கிறது. மூளையில் ஏதாவது பழுது ஏற்பட்டால் எல்லாரும் மூளையில் கை வைக்க முடியாது. எனக்கில்லாத மூளையா என்று சொல்ல முடியாது. இதைப்போல எல்லாருக்கும் தமிழ் தெரியும் என்பதாலேயே எல்லாரும் தமிழ் வளர்ச்சிக்குத் தமிழ் மேம்பாட்டுக்குத் திட்டம் கொடுத்துவிட முடியாது. சிக்கல்களுக்கும் குழப்பங்களுக்கும் தீர்வுகாண முடியாது. அதற்காகத் தனிப்பயிற்சி பெற்றவர்கள், தனி அறிவு பெற்றவர்கள், தனி அக்கறையுள்ளவர்கள் தேவைப் படுகிறார்கள்.

ஆனால் இங்கே ஒன்றை மட்டும் நாம் கவனமாகச் சொல்லலாம். இந்தத் தமிழ் மீது அக்கறை உள்ளவர்கள் இதில் கை வைக்கட்டும். இந்தத் தமிழ் மீது பற்று உள்ளவர்கள் இதில் கை வைக்கட்டும். உனக்கு எவ்வளவோ தெரியும் என்பதற்காக நீ வந்து உள்ளதைக் கெடுத்துவிடாதே என்று நாம் சொல்லலாம். அந்த அளவுக்கு நமக்கு உரிமை இருக்கிறது. எவ்வளவு தான்

ஒருவன் இதயநோய் சிகிச்சையில் கெட்டிக்காரனாக இருந்தாலும் இவனை எப்பொழுது தீர்த்துக்கட்டலாம் என்று எண்ணமுடையவனாயிருந்தால் அவனிடம் போய் மருத்துவம் பார்க்கமுடியாதுதான். அதைப்போல் தமிழ் வளர்ச்சிக்குக் கேடு செய்வதையே குறியாக உள்ள ஒருவனை நாம் ஏற்றுக் கொள்ள முடியாதுதான். ஆனால் தமிழ் வளர்ச்சியைப் பற்றித் தெரிந்துகொண்டவன் தமிழ் எப்படிச் செயல்படுகிறது என்பது பற்றித் திட்டவட்டமான அறிவு பெற்றவன் - அவன்தான் தமிழ் வளர்ச்சிக்குத் திட்டம் கொடுக்க முடியும். தமிழ் வளர்ச்சி பற்றி நாம் நீண்டகாலமாகப் பேசிக்கொண் டிருக்கிறோம். உண்மையான வளர்ச்சி பற்றி இப்போது பலருக்கும் தமிழ்நாடு முழுதும் விளக்கித்தான் சொல்ல வேண்டியிருக்கிறது. ஏன்? மொழியையும் இலக்கியத்தையும் நாம் வேறுபடுத்தி அறியவில்லை. அதனால் வந்த கோளாறு. நேற்று இதை மிக நன்றாகத் தெளிவு படுத்தினேன்.

மொழி வளர்ச்சி என்றால் இலக்கிய வளர்ச்சி என்று நினைத்துக்கொண்டிருந்தோம். மொழி அறிவு என்றால் இலக்கிய அறிவென்று நினைத்துக்கொண்டிருந்தோம். மொழிப் புலமை என்றால் இலக்கியப் புலமை என்று நினைத்துக்கொண்டிருந்தோம். இவ்வளவும் நம்மிடையே வந்த தவறு. ஆனால் நல்லவேளையாகச் சென்ற நூற்றாண்டிலேயே பாடத்திட்டங்களை அமைத்தவர்களெல்லாம் மொழிக்கும் இலக்கியத்திற்கும் சரியான இடம் கொடுக்க வேண்டுமென்று விரும்பித்தான் எம்.ஏ. பாடத்திலும் பி.ஏ., பாடத்திட்டத்திலும் மொழியும் இலக்கியமும் என்று போட்டிருக்கிறார்கள். ஆனால் நாம் மொழியை முழுதாக மறந்துவிட்டோம். கால்டுவெல் என்ற ஒருவர் இந்த ஒப்பிலக்கணத்தை எழுதாமல் இருந்திருந்தால் மொழி யென்ற ஒன்று இல்லை என்று நாம் வாதித்திருப்போம். கால்டுவெல் என்பவர் அந்த இலக்கணத்தை எழுதியதனால் அதற்குப்பிறகு தனித் தமிழ் இயக்கம் என்று ஒன்று தோன்றியதனால் மொழியென்று ஒன்று உண்டு என்று நாம் தெரிந்துகொண்டிருக்கிறோம். வளம் மிகுந்தது என்பதை நாம் இன்னும் சரிவரத் தெளிவாக விளங்கிக்கொள்ளாததனால் பல சிக்கல்களுக்குத் தீர்வு காணவில்லை. இதை விளங்கிக் கொண்டிருந்தால் பல சிக்கல்கள் எழுந்திருக்காது. இன்னொன்று சொல்லுகிறேன். இதை மேலும் விளங்கிக் கொள்வதற்கு அது உதவும். மொழி

என்று சொன்ன உடனே அது ஒரு தனிப்பொருள் என்று நான் குறிப்பிடவில்லை. மொழியும் இலக்கியமும் ஒன்றல்ல. மொழியும் வரலாறும் ஒன்றல்ல. மொழியும் தத்துவமும் ஒன்றல்ல. மொழி என்பது வேறு. மொழியால் பேசப்படுகின்ற பொருள்கள் வேறு. இலக்கியம் வளர்வது போல மொழியும் வளர்கிறது. இலக்கியத்திற்கு வரலாறு இருப்பது போல மொழிக்கும் வரலாறு இருக்கிறது. ஒரு மொழியில் இலக்கியம் வளர்ந்து மொழி வளராமல் போகலாம். இப்படிப்பட்ட சூழ் நிலைகளில் எல்லாம் இதைச் சரியாக உணர்ந்துகொள்ளும் போதுதான் இலக்கியம் வளர்வது போல மொழியும் வளர் கிறது என்ற உண்மை விளங்கும். அது விளங்கும் போதுதான் நன்னூலார் எழுதிய இலக்கணம் இன்றைக்குப் போதாது என்பது விளங்கும். தொல்காப்பியர் எழுதிய இலக்கணத்தை முழுக்க முழுக்க இன்றைக்கு இன்றைய மொழிக்குப் பயன்படுத்த முடியாது என்பதும் அப்போதுதான் விளங்கும்.

இன்றைய தமிழுக்கு, இருபதாம் நூற்றாண்டுத் தமிழுக்கு ஒரு புதிய இலக்கணம், பொருத்தமான இலக்கணம் தேவை. அந்தப் புதிய இலக்கணத்தைத்தான் உயர்நிலைப் பள்ளியில் இருக்கின்ற மாணவர்கள் அல்லது பி.ஏ. நிலையில் இருக்கின்ற மாணவர்கள் படிக்க வேண்டும். தொல்காப்பியத்தையும் நன்னூலையும் அல்ல. அப்படித் தொல்காப்பியத்தையும் நன்னூலையும் படிக்க வைப்பதன் மூலம் நாம் என்ன செய்துவிட்டோம் என்றால் இலக்கணத்திற்கும் மொழிக்கும் இருந்த சில நெருக்கமான தொடர்பையே துண்டித்து விட்டோம். அதுவேறு இதுவேறு என்றாகிவிட்டது. அவன் இலக்கணத்தை விளங்கிக்கொள்ளவில்லை. ஆதலால் இலக்கணத்தில் கசப்பு, இலக்கணத்தில் அறிவில்லை. ஆறாம் வகுப்பு ஏழாம் வகுப்புப் பாடப் புத்தகத்தில் படிக்கிறேன். நீ என்பது ஒருமை, நீர் என்பது பன்மை என்று போட்டிருக்கிறது. எந்தப் புலவர் சொல்லிக் கொடுத்தாரோ தெரியவில்லை. என்னை நீங்கள் மன்னிக்க வேண்டும். நீர் என்பது பன்மையாக இன்றைய தமிழில் ஆளப்படுகிறதா? உயர்நிலைப் பள்ளி மாணவனுக்கு நீர் என்பது பன்மை என்று சொல்லிக் கொடுப்பது அவனைக் குழப்புகிற வேலையாகத்தானே முடியும்? இலக்கணம் அவன் படிக்க வேண்டுமென்றும் புரிந்து கொள்ள வேண்டுமென்றும் நினைத்துதான் இந்தக் காரியத்தைச் செய்கிறோமா? ஏன் இந்தக் கோளாறு வந்தது?

இதய அறுவைச் சிகிச்சையைப் பற்றித் தெரிந்துகொள்ளா தவன் இதயத்தில் போய் கை வைப்பதனால், இலக்கணத்தைப் பற்றிப் புரிந்துகொள்ளாதவர்கள் இலக்கணம் எழுதத் தொடங்குவதனால், மொழியைப் பற்றித் தெரிந்துகொள்ளாத வர்கள் மொழியைப்பற்றிக் கருத்து தெரிவிப்பதனால், இலக்கியத்தைக்கூட எல்லாருக்கும் ரசிக்கத் தெரியும். சுவைக்கத் தெரியும். இலக்கியத் திறனாய்வுகூட அப்படித்தான் ஆகிவிட்டது. முறையாகப் பயிற்சி பெற்றவன் இலக்கியத் திறனாய்வில் கை வைத்திருந்தால் இலக்கிய்த்தினுடைய தரமும் கூடி இருக்கும். இலக்கியத்தினுடைய ஆய்வுத்திறனும் கூடியிருக்கும்.

எல்லாருக்கும் எல்லாம் பொது என்பது ஆராய்ச்சியில் முடியாது. அவர்கள் இதற்காக முயலவேண்டும். உழைக்க வேண்டும். பாடுபட வேண்டும். யாரும் முயலலாம். உழைக்க லாம். பாடுபடலாம்; ஆனால் உழைக்காமல், பாடுபடாமல் ஆய்வுத் துறையில் எடுத்த எடுப்பில் திடீரென்று உள்ளே புகுந்துகொண்டு நானும் தலையை நீட்டுவேன் என்று நீட்டினால் நீட்டுபவர்கள் தலை குனிய நேரும், அல்லது அந்தத் துறை பாழடிக்கப்படும். இவற்றை நாம் புரிந்து கொள்ளாதது நம்மிடம் இருக்கின்ற மாபெரும் குறை. இந்தக் குறையின் காரணமாகப் பல்வேறு சிக்கல்கள் எழுகின்றன.

தமிழ்ப் பாடத்தையே எடுத்துக்கொள்வோம். சில கல்லூரி ஆசிரியர்கள் சொல்லுகிறார்கள். தமிழ்ப்பாடம் நடத்தும் போது இதெல்லாம் நாங்கள் நோட்ஸ்லே படிச்சிக்குவோம் சார். நீங்கபோய் ஓய்வு எடுத்துக்குங்க சார் என்று மாணவர்கள் சொல்லுகிறார்களாம். எங்களுக்கு அறிவுரை சொல்லுகிறார்கள். எங்களுக்கு வேதனையாக இருக்கிறது என்று சொல்லுகிறார்கள். ஆசிரியர்கள். எங்களுக் குக் கொஞ்ச நஞ்சம் இருக்கிற சுயமரியாதை உணர்ச்சியைக் கூட விட்டுவிடுகிறோம். தமிழ்ப்பாடம் எடுக்கும்போது என்று இன்னொருவர் சொல்லுகிறார். ஆனால் ஓர் இருபது இருபத்தைந்து ஆண்டுகளுக்கு முன்பிருந்த சூழ்நிலை உயர்நிலைப் பள்ளிகளாக இருந்தாலும் சரி கல்லூரிகளாக இருந்தாலும் சரி பல்கலைக்கழகமாக இருந்தாலும் சரி மாணவருலகில் தமிழுக்கு ஒரு தனி இடம் இருந்தது. உயர்நிலைப் பள்ளியில் தலைமை ஆசிரியருக்குக் கட்டுப் படாத மாணவன் தமிழ் ஆசிரியருக்குக் கட்டுப்படுவான்.

பல்கலைக்கழகத்தில் துணைவேந்தருக்குக் கட்டுப்படாத மாணவர்கள் தமிழ்ப் பேராசிரியருக்குக் கட்டுப்படுவார்கள்.

ஒரு பெரிய கலவரம் நடந்தது. அண்ணாமலைப் பல்கலைக் கழகத்தில் அப்போது கா. சுப்பிரமணியபிள்ளை தட்டுத் தடுமாறிக்கொண்டு நடப்பவர், அவர் அங்கே இருக்கிறார். அந்தக் கலவரத்தின்போது அதிகாரத்தால் அதை அடக்க முடியவில்லை. கா. சுப்பிரமணியபிள்ளை மாணவர்களைப் பெயரைச் சொல்லி கூப்பிட்டு உரிமையாகக் கண்டிப்பவர். அந்தக் கலவரம் நடைபெற்றபோது அதற்கு முதன்மையாக முன்னின்றவர்களையெல்லாம் அழைத்து "போங்கடா நான் சொல்லுகிறேன் போங்க" என்று சொல்லுகிறார். அந்தக் கூட்டமே அங்கிருந்து வெளியேறுகிறது. அந்தப் பீடும் பெருமையும் எங்கே போயிற்று? யார் காரணம்? என்ன ஆயிற்று? இருபது ஆண்டுகளுக்கு முன்பு ஆட்சியின் நிலைமையும் வேறு. இப்படிப்பட்ட பேச்சுகளை மேடையில் பேச முடியாது. நான் நேற்றும் நேற்று முன்னாளும் பேசிய பேச்சுகளை எளிதாக யாரும் மேடையில் பேசிவிட முடியாது. ஏன் இந்த நிலைமை? காலம் மாறிக்கொண்டிருக்கிறது. அதற்கேற்றபடி நம் கல்வி முறை மாற வேண்டும். மாணவர்களுக்குத் தேவையானவற்றைச் சொல்லிக் கொடுக்க வேண்டும். புரியும்படிச் சொல்லிக் கொடுக்க வேண்டும். விளங்கும்படியாகச் சொல்லிக் கொடுக்க வேண்டும். அவன் படிப்பை முடித்துவிட்டு வெளியே செல்லும்போது நல்லவேளை இந்த ஆசிரியரிடம் படித்தேன். எனக்கு இந்த விவரம் கிடைத்தது. எனக்கு இந்த அறிவு கிடைத்தது. எனக்கு இந்தப் பண்பு கிடைத்தது. எனக்கு இந்த ஒழுக்கம் கிடைத்தது. என்று சொல்லிக்கொண்டு போகும்படியாக நிலைமைகள் அமைய வேண்டும். இன்று நம்முடைய பாடத்திட்டத்திற்கும் வாழ்க்கைக்கும் தொடர்பில்லாமல் ஆகிவிட்டது. அது மிக இன்றியமையாத ஒரு காரணம். இதை ஏன் சொல்லுகிறேன்? தமிழாசிரியர்கள் என்றாலே அவருக்கு இலக்கியம் மட்டுந்தான் தெரியுமென்று நினைக்கின்ற நினைப்புக்கு நாம் இடம் கொடுத்து விட்டோம். நான் நேற்றே ஓர் உதாரணம் சொன்னேன். ஒரு துறைக்கு ஒரு மாணவர் வேலைக்கு விண்ணப்பிக்கிறார். வங்கி வேலைக்கு என்று வைத்துக் கொள்ளுவோம். பொருளாதாரம் படித்தவரை எடுத்துக் கொண்டால் அதில் ஆச்சரியமில்லை. வணிகத்துறை

படித்தவரை எடுத்துக் கொண்டால் ஆச்சரியமில்லை. போகட்டும். மீதியாக இருப்பவர்கள் ஓர் ஆங்கில எம்.ஏ. ஒரு தமிழ் எம்.ஏ., ஒரு மெய்ப்பொருளியல் எம்.ஏ. ஓர் உளவியல் எம்.ஏ., என்று இப்படி இருப்பதாக வைத்துக் கொள்ளுவோம். உடனே எந்த எம்.ஏ.,வை எடுப்பார்கள் என்று நினைக்கிறீர்கள்? அவர் ஆங்கிலமாவது நன்றாக எழுதுவார் அவரை எடு என்று எடுப்பார்கள்.

தமிழ்நாட்டில் தமிழை யாரும் கருதமாட்டார்கள். நமக்கே தெரிகிறது. நடைமுறையில் நமக்கு இந்த மரியாதை உருவாக்கப்பட்டதற்குக் காரணம் தெளிவாகத் தெரிகிறதே. உயர்நிலைப்பள்ளி வரையில் நானும் என் தோழன் ஒருவனும் சேர்ந்து படிக்கிறோம் என்று வைத்துக் கொள்வோம். அவனைவிட நான் பத்துமடங்கு புத்திசாலி என்று வைத்துக் கொள்ளுங்கள். இருந்தாலும் அவன் வேறு துறைக்குப் போகிறான். எப்படியோ செல்வாக்கிலே படிப்பை முடித்து விட்டு இன்று கலெக்டராக வருகிறான் என்று வைத்துக் கொள்ளுங்கள். என்னுடைய நிலைமை என்ன? முதலில் அந்த கலெக்டர் என்னைத் தெரிந்தவராகவே காட்டிக்கொள்ள மாட்டார். பார்த்ததாக ஞாபகமே இல்லையே என்றுகூடச் சொல்லலாம். மரியாதை எப்படி வருகிறது.

தமிழுக்கு எப்படி மரியாதை சேர்ப்பது? யார் சேர்ப்பது? நாம் செய்கின்ற செயல்கள், நாம் நடக்கின்ற நடைகள் நாம் சமுதாயத்திற்குப் பயன்படுகின்ற முறைகள் - இவையெல்லாம் சேர்ந்ததுதான் தமிழுக்கு மரியாதை சேர்க்க வேண்டும். தமிழாசிரியருக்கு மரியாதை சேர்க்க வேண்டும். அப்பொழுதுதான் நாம் சொல்லுகின்ற சொல் எடுபடும். அந்தச் சொல் எடுபடும்போதுதான் மாற்றங்களை உண்டாக்க நாம் பயன்பட முடியும். நாமே மாற்றத்தை உண்டாக்க முடியாது. நம்முடைய திறமையின் எல்லை நமக்குத் தெரியும். நம் எல்லையறிந்து நாம் செய்ய வேண்டிய வேலைகளைத் திறமையாகச் செய்தால் நிலைமையே வேறு. நமக்கு உரிய வேலைகளை நாம்தான் செய்ய வேண்டும். அந்த வகையில் எங்கும் தமிழ் எதிலும் தமிழ் என்பதை நன்றாக எல்லாரும் புரிந்துகொள்ளும்படியாகத் தெளிவாக எடுத்துச் சொல்லு கின்ற பொறுப்பு நமக்கு இருக்கிறது.

இனி நமக்கு இருக்கின்ற சிக்கல்களும் தீர்வுகளும் என்பதில் உண்மையான சிக்கல் கல்வித்துறையில் தமிழ் ஊடக

மொழியாக ஏன் வரவில்லை என்பது. ஆட்சித்துறையில் தமிழ் ஏன் வரவில்லை என்பது இன்னொரு சிக்கல். நீதித்துறையிலும் வரவில்லை. இன்னும் கொஞ்சநாள் பொறுத்துப் பார்ப்போம். நீதியில் தமிழ் வருகிறதா, இல்லையா என்பதை அவ்வளவு சீக்கிரம் முடிவு பண்ணக்கூடாது. ஆட்சித்துறையில் வந்திருக்கிறது. ஆட்சித்துறைச் சட்டம் 56இல் போட்ட சட்டம். இங்கே கல்வியில் தமிழ் வழிக் கல்வி என்ற முயற்சி 60இல் தொடங்குகிறது. கல்வித்துறையில் 25 ஆண்டுகள். இனி வெள்ளிவிழா கொண்டாடலாம். அங்கே 56இல் இங்கே 60- இல். இரண்டு இடத்திலும் முழுமையாகத் தமிழ் வரவில்லை. அப்படியானால் அங்கே இருக்கிற காரணம் பன்மொழிச் சூழல். பல பண்பாட்டுச் சூழல். இங்கே கல்வித்துறையைப் பொறுத்தவரையில் இதற்குக் காரணம் நம்முடைய மொழிக் கல்விமுறை ஒரு பக்கம். மொழிக்கல்வி முறையில் இருக்கிற குறைபாடு ஒரு காரணம். பெற்றோர்கள் ஆங்கிலம் படித்தால் தேவலாம் என்று விரும்புகிறார்கள் என்று சொல்லிக் கொண்டு தமிழ் ஊடகக் கல்வியை அலட்சியமாக்கியது ஒரு காரணம்.

இங்கே பெற்றோர்கள் தங்கள் பிள்ளைகள் ஆங்கிலம் படித்தால் தேவலாம் என்று விரும்புவது எந்த வகையில் என்பதை நாம் புரிந்துகொள்ள வேண்டும். பெற்றோர்கள் தம்முடைய மக்கள் ஆங்கிலத்தில் மற்ற நாட்டுக்காரரோடு சரிசமமாகப் பேச - விவாதிக்கத் தெரிந்திருக்க வேண்டும் என்று விரும்புகிறார்கள். அவர்கள் விரும்புவது, இவனுக்கு நல்ல ஆங்கிலத்திறன் இருக்கிறதா? எந்த நாட்டுக்காரன் வந்தாலும் சரிக்குச் சரி விவாதிக்கத் தெரியுமா? பேசத் தெரியுமா? சுருக்கமாகச் சொன்னால், கருத்துப் பரிமாற்றத்திறம் இருக்கிறதா? ஆங்கிலத்தில் இவனுக்குப் பேசத் தெரிகிறதா? என்பதுதான். சரியாகப் பேச, சரியாக விவாதிக்க, புத்திசாலித்தனமாக நடந்து கொள்ள அப்படி ஆங்கிலத்தைப் பயன்படுத்தத் தெரிகிறதா...? அதைத்தான் பெற்றோர்கள் விரும்புகிறார்கள். அதை இன்றைக்கு ஆங்கிலத்துறை கொடுக்கிறதா? இல்லை வேறு மொழித் துறைகள் கொடுக்கின்றனவா? மொழியைச் சரியாக ஆளுவதற்கு இந்த மொழிக்கல்விச் சொந்தக்காரர்கள் யாருமே பாடுபடவில்லையே. யார் இதை மறுக்க முடியும்? மொழியைச் சரியாக ஆளுவதற்குக் கற்றுத் தர வேண்டும்.

எந்தச் சூழ்நிலையில் மொழியை எப்படி ஆள வேண்டும் என்பதை நாம் சொல்லிக் கொடுக்க வேண்டும். அதைச் சொல்லிக் கொடுத்த பிறகல்லவா அகநானூறும் புறநானூறும் மாணவர் களுக்குப் பயன்படும்? வாழ்க்கையில் தமிழைச் சரியாக ஆளுவதற்குச் சொல்லிக் கொடுக்க வேண்டும். அப்படி இந்தக் கல்வி அமைந்திருந்தால் எல்லாரும் வேண்டி விரும்பித் தமிழைப் படிப்பார்கள். தமிழ் வகுப்பில் ஒரு நிமிடமாவது வீணாகுமா?

தமிழைப் பயன்படுத்தவே நமக்குத் தெரியவில்லை. இதைச் சொல்வதற்கு என்னை நீங்கள் மன்னிக்க வேண்டும். அதை இந்த நூற்றாண்டில்தான் நாம் சொல்லித்தர வேண்டி யிருக்கிறது. மொழியைப் பயன்படுத்துவதற்கு ஏதாவது ஒரு நிலையில் சொல்லித்தரத்தானே வேண்டும்?

சாதாரணமாக நாம் ஒரு நண்பரைப் பார்க்கப் போவதாக வைத்துக்கொள்ளுங்கள். 5 மணிக்கு வரச் சொன்னார். நாம் 4.55க்குப் போய்ப் பார்த்துவிட்டு வேகமாகத் திரும்பி வந்து விடுகிறோம். அவரும் சரியாக 5.05க்கு வந்து பார்த்துவிட்டு மறுநாள் நம்மைப் பார்க்கும்போது "என்ன காணோமே உங்களை?" என்கிறார். வந்து பார்த்தோம்.... என்கிறேன். அவர் உடனே என்னைக் கேட்கிறார். "ஒரு சின்ன குறிப்பு எழுதி வைத்துவிட்டுப் போயிருக்கலாங்களே! - இங்கே 4.55க்கு வந்தேன். எனக்குக் கொஞ்சம் அவசர வேலை. மறுபடியும் உங்களை நாளைக்குப் பார்க்கிறேன் என்று எழுதி வைத்து விட்டுப் போயிருக்கலாமே. நீங்க சும்மா போயிட்டீங்களே" என்கிறார். ஏன் இன்னும் நமக்கு இந்தப் பழக்கம் வரவில்லை? மொழியைப் பயன்படுத்தத் தெரியவில்லை. பழக்கம் வரவில்லை. தமிழ் நமக்குக் குடும்ப மொழியாக இருக்கிறது. பேச்சு மொழியாக இருக்கிறது. அதற்குப் பிறகு? அப்புறம் இதன் பயன்பாடு இலக்கியந்தான். மொழியினுடைய நளினங்களை அறிந்து அதைத் திறமையாகப் பயன்படுத்துகிற கலையை நாம் உருவாக்கி வளர்க்கவில்லை.

இன்னொரு சிறிய எடுத்துக்காட்டு பாருங்கள். பல நாள்களாகத் தொடர்ந்து ஒரு குறிப்பிட்ட இடத்தில் ஒன்றுக்குப் போகிறார்கள். அதைத் தடுக்க நினைப்பவர் இங்கே சிறுநீர் கழிக்கக் கூடாது என்று அறிவிப்பு போடுகிறார். அதை ஒரு மனிதாபிமான உணர்ச்சியோடு போட்டிருந்தால் எங்கே கழிக்க வேண்டும் என்றுதானே போட வேண்டும். இங்கே

சிறுநீர் கழிக்கக்கூடாது என்றால் எப்படி? சிறுநீர்ப் பிரச்சினை மறுபடியும் தொடரும். எங்கே கழிப்பது என்று போட்டிருந்தால் பிரச்சினை தீர்ந்திருக்கும். மொழியைப் பயன் படுத்துவது சாதாரணச் செய்தி. ஆனால் வாழ்க்கைக்கு எவ்வளவு உதவியாக உள்ளது என்று பாருங்கள்.

வாழ்க்கையில் நாம் ஏன் பல வேளைகளில் தோற்றுப் போகிறோம்? நமக்குள்ளே பேசும்போதெல்லாம் புலியாக முழங்குவோம். வேறு பண்பாட்டுக்காரர்கள், வேறு நாட்டுக்காரர்கள், வேறு மொழிக்காரர்களைப் பார்க்கும் போது பூனைபோல் பதுங்கிவிடுவோம். நம் மக்கள் இப்படி இருப்பதில் ஆச்சரியமில்லை. ஆயிரக்கணக்கில் பத்தாயிரக் கணக்கில் செலவு செய்து இருந்தால் நமக்குத் துன்பமாக இல்லையா? ஆனால் எந்தக் கட்டத்திலாவது யாராவது சொல்லித் தரத்தானே வேண்டும்? மொழியைப் பயன் படுத்துகிற கலை எப்படிப்பட்டது என்பதைச் சொல்லித் தரத்தானே வேண்டும்? அதைப்போல இலக்கணத்தைப் பற்றிச் சொன்னேன். தவறில்லாமல் எழுதுவதற்கு அவர்களுக்குக் கற்பிக்கவேண்டும்.

இந்த மொழி மேம்பாட்டிற்குரிய வழிவகைகள் என்னென்ன என்பது பற்றி முக்கியமாகச் சில செய்திகளை மட்டும் சொல்லி விடுகிறேன். மொழிக் கல்வியில்கூட மொழிக் கல்வி முறை மாறவேண்டும் என்று சொன்னேன். அடுத்தது, நம்மிடம் இருக்கிற இன்னொரு மயக்கம் ஆங்கில மோகம். ஆங்கில வழிக் கல்வியில் அகப்பட்டிருப்பதற்கு இது ஒரு பெரிய காரணம். ஆங்கிலம் படித்துவிட்டால் வேலை கிடைக்கும் என்று ஒரு குருட்டு நம்பிக்கை. ஆங்கிலத்திற்குத்தான் உலகம் முழுவதும் செல்வாக்கு என்று இன்னொரு குருட்டு நம்பிக்கை. ஆங்கிலத்திற்கு உலகம் முழுதும் செல்வாக்கு இல்லை. இது நமக்கு நாமே ஏற்படுத்திக்கொண்டிருக்கிற மாயை. ஆங்கிலம் மட்டும் தெரிந்தவர் ஐரோப்பாக் கண்டம் முழுமையுங்கூடச் சுற்றி வர முடியாது. இந்த ஆங்கிலமே கூட கி.பி. 7ஆம் நூற்றாண்டில் ஒரு தனி மொழியாக இருக்கவில்லை. ஆங்கிலத்திற்கு அளவுக்கு மீறிய முக்கியத்துவத்தை நாம் தரத் தேவையில்லை. ஆனால் அதே நேரத்தில் ஏதாவது ஓர் உலகப் பொதுமொழியை உலகப் பெருமொழியைப் படிக்க வேண்டும். அதைப் படித்துக் கொள்வது வேறு. அந்த மொழியின் மூலமே பாடத்தைப் படிக்க நினைப்பது வேறு. இதை நன்றாகப் புரிந்து கொள்ள வேண்டும்.

ஏதாவது ஓர் உலகப் பெருமொழியைத் தெரிந்து கொள்ளத்தான் வேண்டும். ஆனால் மற்ற பாடங்கள் எல்லாம் தமிழிலேயே இருக்க வேண்டும். அதற்கு ஒரு காலகட்டத்தை நிர்ணயம் செய்துகொண்டு இதற்கு எதிராக நடக்கின்ற பிரச்சாரத்தையெல்லாம் நாம் முறியடிக்க வேண்டும். அதற்குமேலே இன்னும் ஒன்று சொல்லுகிறேன். மருத்துவத் துறையில் பட்டப்படிப்பு படிப்பவர்களாக இருந்தாலும், இஞ்சினியரிங் படிப்பவர்களாக இருந்தாலும் சட்டம் படிப்பவர்களாக இருந்தாலும் இன்னும் கால்நடை வைத்தியம் படிப்பவர்களாக இருந்தாலும் இவர்கள் எல்லாரும் தமிழை ஒரு பாடமாக எடுத்துப்படிக்க வேண்டும் என்று நாம் குரல் கொடுக்க வேண்டும். ஏன்? கால்நடை வைத்தியம் பண்ணு கிறவர்களுக்குத் தமிழ் வேண்டாமா? மனிதனுக்கு வைத்தியம் பண்ணுகிறவர்களுக்குத் தமிழ் வேண்டாமா? இல்லை வக்கீலுக்குத் தமிழ் வேண்டாமா? எல்லாருக்குந்தான் தமிழ் வேண்டும். இதை அவர்களிடம் நாம் சொல்லும்போது சிலர் என்ன சொல்லுகிறார்கள்? உடனே "எங்களுக்கு எதுக்கு சார் அகநானூறு, புறநானூறு என்று கேட்கிறார்கள்." ஏன் சார் அப்படிச் சொல்லுகிறீர்கள்? நீங்கள் இப்போது பேசுவ தெல்லாம் அகநானூறு புறநானூறா? இல்லையே என்று கோபத்துடன் ஆனால் அதை மாற்றிச் சிரிப்பாக்கிக் கொண்டு நான் கேட்பதுண்டு.

தமிழ் வேண்டாம் என்று எப்படி நீங்கள் நினைக்கலாம்? தமிழ்நாட்டில் இருந்துகொண்டு, தமிழ் மக்களுக்காக நீங்கள் பாடுபட்டுக் கொண்டு தமிழ் மக்களோடு ஊடாடிக் கொண்டு தமிழ் வேண்டாம் என்று சொன்னால் ரொம்பவும் வேடிக்கையாக இருக்கிறது. இன்னும் சிலர் 'எனக்குத் தமிழ் சரியா வராது சார்' என்கிறார்கள். "வேறு எது சார் வரும்? தமிழ்நாட்டுக்குள்ளே இருக்கிறீர்கள். நீங்கள் விரும்பினாலும் விரும்பாவிட்டாலும் ஒரு நாளைக்கு 16 மணி நேரம் காதுக்குள் தமிழ் போய்க்கொண்டே இருக்கிறது. இவ்வளவு இருந்தும் தமிழ் தெரியவில்லை என்றால் வேறு எதுவுமே உங்களுக்குத் தெரிய முடியாதே!" என்று திருப்பிக் கொடுங்கள். ஏன் அப்படிச் சொல்லுகிறார் தெரியுமா? தமிழ் தெரியாது என்று சொன்னவுடனே பகலிலே தூங்க மாட்டார் என்றால் இரவிலே தூங்குவார் என்று நினைப்பதுபோல அவருக்கு ரொம்ப ஆங்கிலம் தெரியும்

என்று நினைத்துக்கொள்ள வேண்டும். அப்படி நினைத்துக் கொண்டு அவரை அண்ணாந்து பார்ப்போம் என்று நினைத்துக்கொண்டு அவர் சொல்லுகிறார். தமிழ்நாட்டில் இருந்துகொண்டு கவலையில்லாமல் பெருமிதத்தோடு ஒருவர் தமிழ் தெரியவில்லை என்று சொன்னால் என்ன பொருள்? அப்படிப்பட்ட மனிதன் ஒன்று செருக்கனாக இருக்க வேண்டும் அல்லது கிறுக்கனாக இருக்க வேண்டும் என்று கடுமையாகச் சொல்லத்தான் வேண்டும்.

இந்த நூற்றாண்டில் குறிப்பிடத்தக்க அளவுக்குத் தமிழ் மக்களுக்குத் தமிழ் உணர்ச்சி ஊட்டப்பட்டது. அது நாம் பாராட்ட வேண்டிய இன்றியமையாத ஓர் அடிப்படைப் பணிதான். மொழி வளர்ச்சி நோக்கில் நாம் இன்னும் செய்ய வேண்டிய பணிகள் ஏராளமாக உள்ளன என்பதை நாம் வலியுறுத்துகிற அதே நேரத்தில் இதுவரை நடந்துள்ள வளர்ச்சிப் பணிகளையும் நன்றியோடு நினைத்துப் பார்க்கிறோம். எந்த ஒரு மொழியும் ஆட்சித்துறை, கல்வித் துறை, நீதித் துறை, வழிபாட்டுத்துறை முதலான எல்லாத் துறைகளிலும் பயன்படுத்தப்படும்போதுதான் அந்த மொழி இயல்பாக மக்கள் வாழ்க்கையோடு சேர்ந்து வளர முடியும்.

அப்படியானால் எல்லாத் துறைகளிலும் தமிழ் வேண்டும். எப்படிப்பட்ட தமிழ்? வாழ்க்கைக்குப் பயன்படுகிற தமிழ், நடைமுறைத்தமிழ், அந்தத் தமிழைச் சரியாகப் புரிந்து கொண்டு அதை வளர்ப்பதற்காக - மேம்படுத்துவதற்காக நாம் பாடுபட வேண்டும். அந்தக் காலகட்டத்திற்கு நாம் வந்துவிட்டோம். இதுதான் இந்த நூற்றாண்டில் நம்முடைய தலையாயப் பணியாக இருக்க முடியும் என்று கூறிக் கொண்டு விடைபெறுகிறேன்.

நன்றி, வணக்கம்.

துணை நூற்பட்டியல்
தமிழ்

கா. அப்பாதுரை,
இந்திய நாகரிகத்தில் திராவிடப் பண்பு,
சென்னை, 1976.

கி. அரங்கன்,
மொழிவிளக்கத்தில் இலக்கண உறவுகளின் பங்கு,
தமிழ்க்கலை, மார்ச் 1983, தஞ்சாவூர்.

ப. அருளி,
இவை தமிழல்ல. (அயற்சொல் அகராதி)
புதுச்சேரி 1983.

....
தகுதி (மொழியாய்வுக் கட்டுரை)
சென்னை.

த. அழகரசன்,
இந்தி எதிர்ப்பு வரலாறு, சென்னை 1986.

கு.ச. ஆனந்தன்,
இந்திச் சிக்கலும் இறுதித் தீர்வும்,
சென்னை, 1982.

அ. ஆறுமுகம்,
பாவேந்தரின் தமிழியக்கம் – ஓர் ஆய்வு,
சேலம், 1984.

வே. ஆனைமுத்து,
தமிழ்நாட்டில் பண்பாட்டுப் புரட்சி,
சென்னை, 1980.

கி. இராமலிங்கனார்,
தமிழில் எழுதுவோம், சென்னை 1981.

ப. இராமநாதபிள்ளை (தொகுப்பு)
திருமணவிளக்கம், சென்னை, 1965.

ம.ரா. இளங்கோவன்,
    முதல் நாளிதழ்கள் மூன்று, சென்னை, 1982.

....
இந்திய இதழ்கள் கிழக்கிந்தியக் கம்பெனிக் காலம் (1780–1858)
சென்னை, 1981.

....
சிலம்புச் செல்வரின் தலையங்க இலக்கியம், சென்னை, 1980.

இரா. இளவரசு,
    விடுதலை (பாடல்தொகுப்பு)
    தஞ்சாவூர் 1972.

அ. இறையன், (தொகுப்பு),
    சுயமரியாதைச் சுடரொளிகள்,
    சென்னை, 1981.

டாக்டர் சூ. இன்னாசி,
    கிறித்துவ இலக்கியச் சிந்தனைகள்,
    சென்னை, 1984.

டாக்டர் கி. கருணாகரன்,
    மொழிவளர்ச்சி, சிதம்பரம், 1981

ந.சி. கந்தையாபிள்ளை,
    நமது மொழி (மூன்றாம் பதிப்பு)
    சென்னை, 1963.

டாக்டர் ப. கிருஷ்ணன்,
    தமிழ்நூல்களில் தமிழ்மொழி, தமிழ் இனம், தமிழ்நாடு,
    சென்னை, 1984.

குலோத்துங்கன்,
    வாயில் திறக்கட்டும், சென்னை 1983.

....
வளர்க தமிழ், சென்னை, 1982.

இர. குழந்தைவேலு,
    பாரதி திரு.வி.க. நடைச் சிந்தனை,
    கோவை, 1984.

கோ. கேசவன்,
    மண்ணும் மனித உறவுகளும், சென்னை, 1979.

டாக்டர். பொன் கோதண்டராமன்,
    சொல்லாக்க முறைகள், தமிழாய்வு, (ஆய்விதழ்)

சென்னைப் பல்கலைக்கழகம், 1978.

....

தமிழிலக்கணக் கோட்பாடுகள்
உயராய்வு (ஆய்விதழ்)
சென்னைப் பல்கலைக்கழகம், 1983.

....

உலகில் தமிழும் தமிழரும், உலகத்தமிழாராய்ச்சி நிறுவனம்,
சென்னை , 1976.

ந. ஞானசம்பந்தன்,
மெய்கண்ட தமிழ்மொழி, சென்னை, 1985.

வி.மி.ஞானப்பிரகாசம், க.சி. கமலையா,
(தொகுப்பு)
ஆய்வுலகம் போற்றும் ஆசிரிய மணிகள்,
சென்னை, 1980.

டாக்டர் சு. சக்திவேல்,
தமிழ் மொழி வரலாறு, சிதம்பரம் 1984.

ந. சஞ்சீவி,
செந்தமிழ் வளர்க்கும் சிந்தனைகள்,
சென்னை, 1959.

ஊ. ஜயராமன்
தமிழ் வளர்ச்சியின் எதிர்காலம், 35ஆம் ஆண்டு விழா மலர்,
ஒய்.சி.எம்.ஏ., பட்டிமன்றம், சென்னை, 1980.

ம. சிங்காரவேலு,
தத்துவஞான விஞ்ஞானக் குறிப்புகள்,
(இரண்டாம் பதிப்பு) சென்னை, 1984.

சாமி. சிதம்பரனார்,
தமிழர் தலைவர் பெரியார் ஈ.வெ.ரா. வாழ்க்கை வரலாறு
(எட்டாம் பதிப்பு), சென்னை, 1983.

....

தமிழர் வீரம், சென்னை, 1964.

....

வளரும் தமிழ், சென்னை, 1977.

டாக்டர். ம. பொ. சிவஞானம்
வளரும் தமிழ், சென்னை, 1977.
தமிழும் சமஸ்கிருதமும், சென்னை, 1984.

யோகி. சுத்தானந்த பாரதியார்,
    தமிழ் உணர்ச்சி, (இரண்டாம் பதிப்பு)
    புதுக்கோட்டை, 1947.

ஜி. சுப்பிரமணியபிள்ளை,
    தமிழ் உள்ளம், சிதம்பரம்.

டாக்டர். இராம சுந்தரம்,
    தமிழில் கலைச் சொல்லாக்க முயற்சிகள், தமிழ்க் கலை,
    மார்ச் 1983, தஞ்சை.

சுவாமிநாத தேசிகர்,
    இலக்கணக் கொத்து, சென்னை, 1925.

டாக்டர் ஏ. சுவாமிநாதன்,
    தமிழ்நாட்டுச் சமுதாய – பண்பாட்டு வரலாறு,
    சென்னை, 1983.

நெ. து. சுந்தரவடிவேலு,
    புரட்சியாளர் பெரியார் (இரண்டாம் பதிப்பு),
    சென்னை, 1980.

கி. செம்பியன்,
    பட்டுக்கோட்டையின் பாட்டுத்திறன்,
    மேலப்பாதி, 1981.

மா. செல்வராசன்,
    பாரதிதாசன் ஒரு புரட்சிக் கவிஞர்,
    சென்னை, 1979.

சா. ஜெகத்ரட்சகன்,
    பாரதியும் பாரதிதாசனும்,
    சென்னை, 1982.

நாவலர் ச. சோமசுந்தர பாரதியார்,
    பழந்தமிழ்நாடு, சென்னை – 1955.

....
    நற்றமிழ், சென்னை, 1955.

சோமலெ,
    பண்டிதமணி (மூன்றாம் பதிப்பு),
    சென்னை, 1977.

அ. தட்சிணாமூர்த்தி,
    தமிழர் நாகரிகமும் பண்பாடும் (இரண்டாம் பதிப்பு),
    தஞ்சை, 1980.

தமிழ்ப் பொழில் வெளியீடு
இராசராசசோழன் முடிசூடிய 1000ஆவது ஆண்டு விழா மலர்,
கரந்தைத் தமிழ்ச்சங்கம், தஞ்சை, 1984.

தமிழ் வளர்ச்சி இயக்ககம்,
மூவாண்டு முனைப்புத் திட்டம் (இயக்குநரின் எழுத்துரை
நடவடிக்கைக் குறிப்பு), சென்னை, 1981.

தமிழில் முடியும் (கட்டுரைத்தொகுப்பு),
நியூசெஞ்சுரி புக் ஹவுஸ், சென்னை,1965.

தமிழியக்கம்,
தமிழியக்கம் நெறிமுறைகள் (தொடக்கம்), 1972, பதிவு
118/74 மதுரை.

தனிநாயக அடிகள்,
ஒன்றே உலகம், (இரண்டாம் பதிப்பு),
சென்னை, 1974.

தாமரைக்கண்ணன்,
வரலாற்றுக் கருவூலம்,
சென்னை, 1984.

ஜி. ஆர். தாமோதரன்,
அறிவியல் தமிழ்,
கோவை, 1982.

கா. திரவியம்,
தேசியம் வளர்த்த தமிழ்,
சென்னை, 1974.

மறை திருநாவுக்கரசு,
மறைமலையடிகள் வரலாறு,
சென்னை, 1959.

டாக்டர் க.த. திருநாவுக்கரசு,
சிந்துவெளி எழுத்து வடிவங்கள்,
சென்னை, 1982.

தி.ஜ.ர.
மொழி வளர்ச்சி,
சென்னை, 1957.

ஞா. தேவநேயன்,
மாந்தர் தோற்றமும் தமிழர் மரபும்,
மதுரை, 1982.

அரங்க நலங்கிள்ளி (பதிப்பாசிரியர்),
வாணிதாசன் கவிதைகள், தொகுதி 3.
சென்னை, 1984.

டாக்டர் மா. நன்னன்,
ஒப்பற்ற சுயசிந்தனையாளர் பெரியார்,
சென்னை, 1983.

ம. ஆ. நாகமணி அடிகளார்,
தொல்காப்பியப் பொருளதிகார மேற்கோள் விளக்க அகராதி
முதலியன, சென்னை, 1935.

பா. நாராயணன்,
பெரியார் சிற்றிலக்கியங்கள்
ஆத்தூர், 1984.

பாரதிதாசன்,
தமிழியக்கம் (ஆறாம் பதிப்பு),
சென்னை, 1969.

பாரதிதாசன் கவிதைகள், தொகுதி – 1,
சென்னை, 1970.

பாரதிதாசன் கவிதைகள், தொகுதி – 2,
சென்னை, 1967.

பாரதிதாசன் கவிதைகள், தொகுதி – 3,
சென்னை, 1968.

பி.இ. பாலகிருஷ்ணன் (தொகுப்பு),
மக்கள் கவிஞர் பட்டுக்கோட்டை கல்யாணசுந்தரம் பாடல்கள்
(ஒன்பதாம் பதிப்பு), சென்னை, 1984.

டாக்டர் கே. கே. பிள்ளை,
தமிழக வரலாறு – மக்களும் பண்பாடும்,
சென்னை, 1972.

புலமை,
தமிழ், மொழி வளர்த்தல் (புலமை – தொகுதி 9, பகுதி 1),
சென்னை, 1983.

புலவர் புலமைப்பித்தன்,
புரட்சிப் பூக்கள், சென்னை, 1978.

டாக்டர். இராம. பெரியகருப்பன்,
    அ. குழந்தைநாதன் (பதிப்பாசிரியர்கள்),
    உலகத்தமிழ்,
    மதுரை காமராசர் பல்கலைக்கழகம், 1981.

டாக்டர். இராம. பெரியகருப்பன்,
    புதிய நோக்கில் தமிழ் இலக்கிய வரலாறு,
    (மூன்றாம் பதிப்பு), மதுரை, 1984.

பெரியார் ஈ.வெ.ரா. வே., ஆனைமுத்து,
    வகுப்புவாரி பிரதிநிதித்துவம்,
    சென்னை.

பெரியார் திறந்தவெளிப் பல்கலைக்கழக வெளியீடு,
    சமஸ்கிருத ஆதிக்கம் (Sanskritization), சென்னை,1985.

பெருஞ்சித்திரன்,
    இலக்கியத்துறையில் தமிழ்வளர்ச்சிக்குரிய ஆக்கப் பணிகள்,
கடலூர், 1973.

இரா. மதிவாணன்,
    கிரேக்க நாடகத்தில் தமிழ் உரையாடல்,
    சென்னை, 1978.

....
    தமிழ் வளர்ச்சி,
    சென்னை, 1978.

ஒப்பிலா. மதிவாணன்,
    அரசும் தமிழும் (1977-1983) எம்.ஃபில் பட்டத்திற்காக
    அளிக்கப்பட்ட ஆய்வேடு,
    அண்ணாமலைப் பல்கலைக்கழகம், 1983-84.

மறைமலை அடிகள்,
    தமிழின் தனிச்சிறப்பு (மூன்றாம் பதிப்பு),
    சென்னை, 1959.

முத்துச்சண்முகன், வெ. சிவனுபாண்டியன்
    தமிழ்வழிக் கல்லூரிக் கல்வி,
    மதுரை, 1979.

டாக்டர் இ.சு. முத்துசாமி,
    தமிழ்ப் பெரும்புலவர் இ.மு. சுப்பிரமணிய பிள்ளை,
    சென்னை, 1984.

கோ. முத்துப்பிள்ளை,
    அரியணையில் அழகு தமிழ்,
    (மூன்றாம் பதிப்பு), சென்னை, 1974.

முத்து குணசேகரன்,
    மாமேதை சிந்தனைச்சிற்பி மா. வெ. சிங்காரவேலர்,
    சென்னை, 1984.

து. மூர்த்தி,
    இக்காலக் கவிதைகள் மரபும் புதுமையும்,
    சென்னை, 1978.

கே. முருகேசன், ஸி. எஸ். சுப்பிரமணியம்,
    (தொகுப்பு).
    ம. சிங்காரவேலரின் சொற்பொழிவுகள்,
    மூன்றாம் பதிப்பு, சென்னை, 1984.

தி.வ. மெய்கண்டார்,
    தமிழறிஞர் சாமி. சிதம்பரனார்,
    (1900–1961), சென்னை.

வல்லிக்கண்ணன்,
    புதுக்கவிதையின் தோற்றமும் வளர்ச்சியும், சிவகங்கை, 1977.

மது. ச. விமலானந்தம்,
    தமிழ் இலக்கிய வரலாறு,
    (மூன்றாம் பதிப்பு), மதுரை, 1979.

மயிலை சீனி. வேங்கடசாமி,
    பத்தொன்பதாம் நூற்றாண்டுத் தமிழிலக்கியம்,
    சென்னை, 1962.

சாமி. வேலாயுதம் பிள்ளை (தொகுப்பு),
    மொழியரசி (தமிழ்ப்புகழ்), சென்னை, 1947.

எஸ். வையாபுரிப்பிள்ளை,
    திராவிட மொழிகளில் ஆராய்ச்சி,
    (மூன்றாம் பதிப்பு), சென்னை, 1962.

ஆங்கிலம்

E. Annamalai (Ed),
   Language Movements in india>CIIL
   Mysore.

A. Appadurai,
   Thamil and It's Sphere of Origin (Supplement to part one)
   Jaffna.

R.E. Asher,
   Some Landmarks in the History of Tamil Prose,
   Dr. R.P. Sethupillai Endowment lectures,
   1967 - 68 University of Madras, 1972.

Benard Cavanagh,
   Esperanto - A First foreign language for all mankind, London,
   1970.

Central Institute of Indian Languages
   Distribution of Languages in India in States and Union
   Territories, CIIL, Mysore, 1973.

Fishman A. Joshua (Ed.,).
   Language Planning of process, Mouton, NewYork 1977.

K.C.A. Gnana Giri Nadar,
   A Statement in Tamilo-Europeon Linguistics, Madurai, 1982.

International Institute of Tamil Studies,
   Memorandum of Association and Rules and Regulations,
   Madras, 1970.

Institute of Traditional Cultures,
   Origin Evolution and Reform of the Tamil Script
   (In commemoration of the Silver Jubilee of the Institute of
   Traditional Cultures) University Buildings, Madras, 1983).

Dr. Pon. Kothandaraman,
   A Plan for Language Course, Pulamai, Dec 83, Madras,
   1983.

   Linguistic Affinity Between Dravidian and Japanese, Bulletin of Institute of (Issued in 1985) IT Traditional cultures, Madras, 1984).

T.P. Meenakshisundaran,
Tamil and other cultures, Madurai 1970 (Paper submitted to III e Conference International D Etudes Tamoules Paris)

....
A History of Tamil Literature,
Annamalai University, 1965.
A History of Tamil Language, Poona - 1965.

K. Nambi Arrooran,
Tamil Renaisance and Dravidian Nationalism, 1905-1944, Madurai 1980.

Susumu Ohno,
Sound Correspondence Between Tamil and Japanese, Tokyo, 1980.

....
The Relationship of the Tamil and Japanese Languages, Madurai 1981.

A.N. Sattanathan
The Dravidian movement in Tamil Nadu and its Legacy, (Periyar E.V.R. Endowment Lectures 1981),
University of Madras, 1982.

Ma. Po. Sivagnanam,
The History of the Growth of Tamil during the Indian war of Independence,
University of Madras, 1980.

A. Subbiah,
Report submitted to the UNESCO,
International Institute of Tamil Studies,
Madras, 1970.

நூலைப்பற்றி அறிஞர்களின் கருத்துகள்

டாக்டர் வ. சுப. மாணிக்கம்

எம்.ஏ., எம்.ஓ.எல்., பி.எச்.டி., டி. லிட்.,
இயக்குநர் : தமிழ்வளர்ச்சி உயர் ஆராய்ச்சி மையம் 29. 1977
முன்னை அண்ணாமலைப் பல்கலைக்கழகத் தமிழ்ப் பேராசிரியர்
இந்தியமொழிப்புல முதன்மையர்: அழகப்பா கல்லூரி முதல்வர்
துணைவேந்தர், மதுரை காமராஜர் பல்கலைக்கழகம்.

பேரன்புடைய அறிஞர் பொற்கோ,

நலம், தமிழ் உணர்ச்சி, தமிழ் வளர்ச்சி, தமிழ் ஆட்சி என்ற உங்கள் அன்பளிப்பு நூலைப் படித்தேன்.

ஒவ்வொரு பக்கத்திலும் தமிழ் நீரோட்டத்தினைக் காண்கின்றேன். தலைப்புகளும் ஆற்றலான தலைப்புகள், கருத்து முறைகளும் வலுவான தெளிவுகள். அண்மைக்கால நற்சான்றுகள் பல. துணிவான புலப்பாடு.

வலிந்த எழுத்துச்சீர்திருத்தம் போன்ற தவச்சில கருத்துகள் எனக்கு உடன்பாடில்லை. தொழில் நுட்பத்தால் எழும் புறக் கருவிகள் பின்னர் வரும் தொழில் நுட்பத்தால் பழமையாகி வீழ்கின்றன. சிறிதும் நிலைபேறில்லா இக்கருவிகளை மதித்து எழுத்துமாற்றம் செய்தலாகாது. இது காலச் சுழியில் வீழ்த்தும் நச்சுப் பொய்கையாகும். இது என் கருத்து.

இங்ஙனம் ஒரு சில கருத்துகள் கிடக்க, நீங்கள் அறைகூவியிருக்கும் பல குறிக்கோள்கள் என் மனத்துக்கு முழுதும் இசைந்தனவே.

தமிழுட்பட எல்லா இந்திய மொழிகட்கும் எல்லாத் துறையிலும் புதிய புதிய வாய்ப்புகள் வேண்டும். பாரதிதாசன் பாடியது போலத் துறைதோறும் துறைதோறும் வேண்டும்.

இதுவரை இலக்கியங்கட்குத்தான் வாய்ப்புக் கிடைத்தது. அதனால் புலவர்கள் புதின நாடகச் சிறுகதை எழுத்தாளர்கள் இலக்கிய வளங்கண்டனர். தமிழின் ஓரிதழை மலரச் செய்தனர்.

புதிய கலையியற்றுறைகளும், அறிவியற்றுறைகளும் வளர நம் மொழிகட்கு வாய்ப்பில்லை. பல்கலைக்கழகம் வரை எல்லாத் தொழிற்றுறைகளும் தமிழாகும் போதுதான், பிறதுறை படித்த தமிழர்கள் தமிழ்ச்செல்வத்தைக் காலத்திற்கேற்ப வளர்க்க வொல்லும். 'தமிழாட்சி' என்ற தலைப்பில் இக்கருத்தினை நீங்கள் புத்தாற்றலோடும் புத்துணர்வோடும், ஓரளவு சினவுணர்வோடும், வலியுறுத்தி இருக்கின்றீர்கள்.

காலத்திற்கேற்ற புதிய தமிழ் வளர்ச்சிக்கு நடைபெற வேண்டிய, திறக்க வேண்டிய ஒரே வாயில் பல்கலைக்கழகம் வரை எங்கும் எதிலும் தமிழ் கல்வி மொழியாதல். இது இயல்பு நெறிதான் எனினும் இதற்கு ஒரு மொழிப்புரட்சி எழ வேண்டும் காலம் வரும் போலும். இந்தி தவிர, ஏனை இந்திய மொழிகட்கும் உங்கள் கருத்தும் என் கருத்தும் பொது.

எல்லாத் துறையிலும் தமிழ் வேண்டும், எப்படிப்பட்ட தமிழ்? வாழ்க்கைக்குப் பயன்படுகிற தமிழ், நடைமுறைத் தமிழ்........ இதுதான் இந்த நூற்றாண்டில் நம்முடைய தலையாய பணியாக இருக்க முடியும் என்ற உங்கள் முடிவுரை தமிழர்க்குத் தக்க அடியுரையாகும்.

நம் தமிழெண்ணங்கள் நல்லெண்ணங்கள், ஒருநாள் செயற்படும்.

என் வாழ்த்தும் நன்றியும்!

காரைக்குடி
1 – 5– 1986

அன்பன்
வ. சுப. மாணிக்கம்

எழில் முதல்வன்
(டாக்டர் மா. இராமலிங்கம்)

அன்பார்ந்த நண்பர் பேரா டாக்டர் பொற்கோ அவர்கட்கு,

வணக்கம், நலம், விழைவதும் அதுவே தாங்கள் அன்புடன் அனுப்பி வைத்த “தமிழ் உணர்ச்சி.....” என்னும் நூல் கிடைத்தது. ஒருமுறைக்கு இருமுறை படித்து மகிழ்ந்தேன்.

அருமையான சொற்பொழிவு! உணர்ச்சி வளம், அதே நேரம் நிதானம் தவறாத தன்மை, சிந்தனை முதிர்ச்சியைக் காட்டும் சிறந்த கருத்துகள், திறந்த மனத்தோடு சிக்கல்களை அணுகும் பாங்கு இவையனைத்தும் தங்கள் சொற்பொழிவில் அமைந்திருக்கக் காண்கிறேன்.

“தமிழினுடைய பயன்பாடு மிகமிகத்தான் தமிழுக்கு மரியாதை வரும்” என்னும் கருத்து தமிழுலகம் உடனடியாக உணரவேண்டிய உண்மையாகும். நூலின் புறக்கட்டமைப்பு சோவியத் நூல்களை நினைவுபடுத்துகிறது.

நல்ல நூலைத் தந்திருக்கிறீர்கள்

அன்பும் நன்றியும் பிறபின்

அன்புடன்

எழில் முதல்வன்

திருச்சி – 23
1 8– 5– 1986

டாக்டர் தா.ஏ. ஞானமூர்த்தி

பேரன்புடையீர்,

தாங்கள் அன்புடன் அனுப்பிய "தமிழ் உணர்ச்சி, தமிழ் வளர்ச்சி, தமிழ் ஆட்சி" என்ற நூல் கிடைத்தது. என் மனமார்ந்த நன்றி. நூல் முழுவதையும் படித்துச் சுவைத்தேன். தமிழ் வளர்ச்சிக்கும் தமிழ் ஆட்சிக்கும் இக்காலத்துக்கேற்ற வழிமுறைகளை நூலில் நன்கு தெளிவுபடுத்தியுள்ளீர்கள். இக்காலத்திற்குப் பெரிதும் பயனுடைய நூல் தங்கள் கருத்துகளைப் பெரிதும் போற்றுகிறேன். தங்களை நெஞ்சாரப் பாராட்டுகிறேன். தமிழால்தான் தமிழர் வாழ்க்கை வளம்பெற்று உயரமுடியும் என்ற உண்மையைத் தமிழர்கள் அனைவரும் உணர்ந்து செயல்பட்டாலன்றித் தமிழ் நாட்டிற்கு உய்வில்லை.

தங்கள் அன்புள்ள

தா.ஏ. ஞானமூர்த்தி

கோவை – 45
1 2– 5– 1986

டாக்டர் க.ப. அறவாணன்

பேரன்பு கெழுமிய,

இனிய தோழருக்கு வணக்கங்கள்

1. தாங்கள் அன்பு கூர்ந்து அனுப்பிய "தமிழ் உணர்ச்சி, தமிழ் வளர்ச்சி, தமிழ் ஆட்சி" என்ற புதிய நல்ல நூல் கிடைத்து மகிழ்கிறேன்.

1.1 பத்து நாட்களுக்கு முன்பே, இந்நூலை ஐந்திணையில் கண்டபோது, பேரார்வப் பெருக்குடன் வாங்கி அன்றிரவே படித்து மனம் குளிர்ந்து போனேன்.

2. முதல் தலைப்பைத் தேசிய வழி, சமய வழி, சமுதாய வழி என்று பகுத்து அருமையாக ஆராய்ந்துள்ளீர்கள். இந்த வகைப்பாட்டை மிகத் தெளிவாக வகைப்படுத்தி முதல் முதல் விளக்கியவர்கள் தாங்களே. அதற்காக என் பாராட்டுதல்கள்.

3. "தமிழாட்சி" என்ற பகுதி, மிக அருமையாக எழுதப் பெற்றுள்ளது. நாம் செய்யத் தவறிய கூறுகள் தெளிந்த துணிந்த மொழிகளில் எடுத்துச் சொல்லப் பெற்றுள்ளன. பக். 169-171, 162-163. மேலும் பல இடங்கள் நெஞ்சைத் தொட்டன. மனத்தைக் குமுற வைத்தன.

4. "தமிழ் வளர்ச்சி" எனும் தலைப்பில் பட்டிய லிடுவதைத் தவிர்த்துவிட்டு, என்னென்ன துறைகளில் நாம் வளர்ந்திருக்கிறோம், என்னென்ன துறைகளில் நாம் வளர்தல் வேண்டும் என்பதைத் துல்லியமாகச் சுட்டிக் காட்டும் மிகு தகுதி தங்கட்கு உண்டு. வரும் பதிப்பில் அவ்வாறு செய்தல் நன்று.

5. சமய வழித் தமிழுணர்ச்சி என்ற முதற் பகுதியில் சைவர்கட்கு முதன்மை கொடுத்து விட்டீர்கள். சைவர்களை விடச் சில கூறுகளில், வைணவர் தமிழுணர்வைப் பெரிதும் வளர்த்தார்கள். தென்கலை என்று முழங்கினர். வேதப் பார்ப்பனர்க்கு எதிராகத் திராவிட வேதம் என்றார்கள். சமஸ்கிருதத்தை நுழைக்கும் முகமாகத் தேவாரம் ஓதுதலைத் தெருவிற்குச் சைவர்கள் தள்ளியபோது திருவாய் மொழியை இசைத் தமிழில் அரங்கன் கோயிலுள் அரங்கமேற்றினார்கள். இப்படி இன்னும் பல.

சமயக்குரவர் நிகழ்த்திய பக்தி இயக்கத்தின் பின்னணியில் வட இந்திய ஆரியப் பார்ப்பனர்கள் பார்ப்பனீயம் தலைமை பெற்றிருந்ததை மறைமலை அடிகள் கா. சு. பிள்ளைக்கு முன் வரை, தமிழ்ச் சைவர்கள் கண்டு கொள்ளவே இல்லை என்பது என் கருத்து.

6. பொற்கோவின் பெயர் சொல்லும் நூல்களுள் ஒன்றாக இந்நூல் நிற்கும், நிற்க வேண்டும்.

அன்புடன்
க.ப. அறவாணன்

சென்னை
13-5-1986

டாக்டர் க.இராமசாமி
தென்மண்டல மொழிபயிற்று மையம்
மைசூர்.

பேரன்புடையீர்,

தாங்கள் அன்புடன் அனுப்பியுதவிய "தமிழ் உணர்ச்சி, தமிழ் வளர்ச்சி, தமிழ் ஆட்சி" என்னும் தங்களுடைய அரிய நூல் படைப்பு கைவரப் பெற்றேன். மிக்க நன்றி.

ஒரே மூச்சில் நூல் முழுமையும் படித்து முடித்தேன். என்னுடைய சிற்றறிவிற்குட்பட்ட வரையில், அறிவியல் கண்ணோட்டத்தில் தமிழின் நிலையை முழுமையாகவும் ஆழமாகவும் தெளிவாகவும், முடிவாகவும், ஆய்ந்து அலசியுள்ள முதல் நூல் என்னும் வரலாற்றுப் பெருமை இந்நூலுக்குக் கட்டாயம் உண்டு. ஆய்வாளர்களுக்கும் ஆட்சியாளர்களுக்கும் இது ஒரு நல்ல வழிகாட்டியாக விளங்கும் என்பதில் எள்ளளவும் ஐயமில்லை. தமிழ் உணர்ச்சியின் மூலகாரணங்களையும், தமிழ் வளர்ச்சிக்கான வழிமுறைகளையும், தமிழ் ஆட்சியில் உள்ள குறைபாடு களையும் வகைப்படுத்தி நடு நிலைமையோடு அச்சமின்றிக் கூச்சமின்றி இதுபோன்று தெளிவாக இதுவரை எந்தத் தமிழறிஞரும் எடுத்துக் கூறவில்லை. உணர வேண்டியவர்கள் உணர்ந்து உண்மையானவர்களைத் தகுதியுள்ளவர்களைத் தலைமைப் பொறுப்புகளில் அமர்த்தினால் தமிழ் வளம் பெறும் - தானாகவே வளரும். தமிழ் நிலத்தில் ஒரு நறுக்கான விதையைப் பொறுக்கியெடுத்து ஊன்றியுள்ளீர்கள். இதற்கு எருவிட்டு நீரூற்ற வேண்டியவர்கள் ஆட்சிப் பொறுப்பி லுள்ளவர்கள். அடையாளங் கண்டு கொண்டு செய்ய வேண்டியதைக் காலந்தாழ்த்தாமல் செய்வார்களென முழுமையாக நம்புவோம்.

மைசூர் *அன்புள்ள*

14- 5- 1986 க. இராமசாமி

டாக்டர் இரா. தண்டாயுதம்

பெருமதிப்பிற்குரிய டாக்டர் பொற்கோ அவர்களுக்கு,

வணக்கம்!

நலம், விழைவதும் நலமே,

தாங்கள் அன்புடன் அனுப்பிய "தமிழ் உணர்ச்சி, தமிழ் வளர்ச்சி, தமிழ் ஆட்சி" நூல் கிடைத்தது. மிக்க நன்றி.

உணர்ச்சி வயப்படாமல் நடுநிலையில் நின்று சிந்தித்துச் சீர்தூக்கி எழுதியுள்ளீர்கள். தமிழர்கள் இடையில் தமிழ்படும் பாடு உண்மையில் வேதனை தரும் ஒன்று. அதற்கான காரணங்களைப் பல நாள்கள் நானும் சிந்தித்ததுண்டு. அவையெல்லாம் இந்நூலிலும் எதிரொலிக்கின்றன. ஆனால் தமிழர்கள் காதுகளில் இவை ஏற வேண்டும். அரசியல், திரைப்படம், பத்திரிகைகள், கல்வி அமைப்பு....... இப்படி எத்தனையெத்தனை? இறைவன்தான் இனிக் கருணை காட்ட வேண்டும்.

அறிஞர்களின் எண்ணங்களுக்கு வலிமை மிகுதி. அவ்வலிமை வெல்லட்டும், வெல்ல வேண்டும்.

தங்களின் அன்பிற்கு நன்றி,

தங்கள் முயற்சிகள் மேலும் பெருக இறைவன் அருள் புரியட்டும்.

இப்படிப்பட்ட அரிய நூலினை வெளியிட்டமைக்கு என் பாராட்டுக்கள்.

கோலாலம்பூர்
5– 6– 1986

அன்புள்ள
இரா. தண்டாயுதம்

கலைமாமணி டாக்டர். ஆர். குமாரவேலு

பேராசிரியர் டாக்டர் பொற்கோ அவர்களுக்கு,

பேரன்புடையீர்,

வணக்கம். நலம். நலம் நாடுகிறேன். தாங்கள் அனுப்பிய "தமிழ் உணர்ச்சி, தமிழ் வளர்ச்சி, தமிழ் ஆட்சி" நூல் கிடைக்கப் பெற்றேன். நன்றி.

நூலின் 200 பக்கங்களையும் ஆழ்ந்து படித்தேன். உண்மையில் பெருமகிழ்ச்சி அடைந்தேன்.

இதுவரை நீங்கள் தந்த நூல்களில் இது தலைமையிடம் பெறத்தக்கது.

தலைப்பின் பகுப்பும், செய்தித் தொகுப்பும், மொழி நடையும், கருத்து விளக்கமும் ஆக அனைத்தும் சிறப்பாக அமைந்துள்ளன.

தேசியம், சமயம், சமுதாயம் ஆகியவற்றின் அடிப் படையில் தமிழுணர்ச்சி வளர்ந்த வரலாறு முதற்பகுதியில் இடம் பெறுகிறது. இன்றைய இளைஞர்கள் ஆராய்ந்து தெளிந்துகொள்ள வேண்டிய பல செய்திகளை இது பெற்றிருக்கிறது. பெரியார், மறைமலையடிகள், பாரதிதாசன், கா. நமச்சிவாயர், சுத்தானந்த பாரதியார் முதலானோரை நினைவுகூர்ந்து அவர்கள் கருத்துகளை நன்கு விளக்கி யிருக்கிறீர்கள்.

"தமிழ் வளர்ச்சி" என்னும் இரண்டாம் பகுதி பல சங்கங்களும் அமைப்புகளும் இதழ்களும் தமிழை வளர்த்த

திறத்தை எடுத்தியம்புகிறது. பெரியார் தெ.பொ. மீ., தி. ஜ. ர. வா.செ.கு., ச.சோ. பாரதியார் முதலானோரின் நூற் கருத்துகளை எடுத்து விளக்கி, “எது தமிழ்?”, “எது தமிழ் வளர்ச்சி?” முதலான வினாக்களுக்கு விடை தந்திருக்கும் முறை மிகவும் பாராட்டத்தக்கது. கலைச் சொல்லாக்கம், எழுத்துச் சீர்திருத்தம் ஆகியன பற்றி நீங்கள் கூறியிருப்பவை சிந்திக்கத்தக்கவை.

தி.ஜ.ர.வின் கட்டுரையை நான் படித்திருக்கிறேன். நீங்கள் சான்று காட்டியிருந்தது மகிழ்ச்சியைத் தந்தது. தமிழர் அனைவருக்கும் அச்சிட்டு இலவசமாக வழங்குவதற்குரிய நல்ல கட்டுரை அது.

“தமிழ் ஆட்சி” என்னும் மூன்றாம் கட்டுரை இந்த நூலுக்கு மணிமுடியாக விளங்குகிறது. பல்கலைக்கழகச் சொற்பொழிவில் பிறர் சொல்லத் தயங்கும் அஞ்சும் செய்திகளை நயமாகச் சொல்லியிருக்கிறீர்கள். அரசு நிறுவனங்கள் ஆட்சி, நீதி, கல்வி, வழிபாடு ஆகிய துறைகளில் செலுத்த வேண்டிய பார்வையைச் சுட்டியிருக்கிறீர்கள். மெத்தனப்போக்கு, விதிவிலக்கு, புறக்கணிப்பு, அக்கறை யின்மை முதலானவற்றால் தமிழ் ஆட்சி தடைபடுவதை எவர் மனமும் புண்படாமல் சொல்லியிருக்கிறீர்கள்.

“ஆட்சியில் தமிழ் வராத பொழுது தமிழுக்கு மரியாதை எப்படி வரும்?” (140) நீண்ட திறனாய்வுக் கட்டுரை எழுத நினைத்தேன். நேரமில்லை. நூல் அனுப்பியமைக்கும், கருத்து நலங்களுக்கும் நன்றி. பாராட்டுக்கள்.

சென்னை – 92 அன்பு

28 – 5– 1986 **குமாரவேலன்**

பெரும்புலவர் இர. திருஞானசம்பந்தன்

திருமிகு செந்தமிழன்னையின் சீர்மிகு மைந்தர் பேராசிரியமணி இரும்புலி தந்த பெரும்புலி தமிழுணர்வின் உருவாம், கெழுதகை நண்பர் பெருந்தகை அவர்கட்குச் சால வணக்கம்.

ஆற்றல் அரசே,

தாங்கள் அனுப்பிய கல்கி அறக்கட்டளைச் சொற்பொழிவு நூல்கிடைக்கப் பெற்றுச் சொல்லொணா மகிழ்வுற்றனம். தமிழ் நூல்கள் ஆங்கில நூல்போன்றில்லையே என அலமந்த என்நெஞ்சிற்கு இந்நூல் மன்னும் மகிழ்வளித்தது. தங்கள் கருத்திற்கு முதல் பாராட்டு. தங்கள் தமிழ் நடைக்கு இரண்டாவது பாராட்டு. அழகாக நூல்படைத்ததற்கு மூன்றாவது பாராட்டு. என்னையும் ஒரு பொருளாக மதித்துத் தங்கள் நெஞ்சில் இடம் ஒதுக்கி நூல் அனுப்பியமைக்கு நாலாம் பாராட்டு. நால்வரில் ஒருவன் அல்லவா யான்? அதனால் நான்கு பாராட்டைத் தந்தனன். தாங்கள் சாகித்திய அக்காதமி பரிசு பெறும் நாளே என் வாழ்வில் சிறந்த நாளாக யான் எண்ணி மகிழ்கின்ற நாள். வெல்க, வளர்க.

அழைப்பிதழ் கிடைத்தது. பன்னாள் உடல் நலமில்லாமையாதும், வேனிலின் கொடுமையாலும், கூட்டத்திற்கு வர இயலவில்லை. தாங்கள் முடிவெடுத்து விழாவைக் குறிப்பிட்டு விட்டால் என் கடன் பணி செய்து கிடப்பதே எனும் அப்பர் வாக்கைத் தப்பாமற்கொண்டு செயலுறுகின்றனன்.

அறக்கட்டளை நூல் பற்றிப் பாட்டு ஒன்று எழுதி இத்துடன் இணைத்துள்ளனம். படித்து இன்புறுவதோடு உலகம் இன்புறவேண்டும் என்பதே எனது பேரவா.

சென்னை – 88 அன்பன்

25– 5– 1986 **இர. திருஞானசம்பந்தன்**

தமிழ் உணர்ச்சி, வளர்ச்சி, ஆட்சிக்கு,

வாழ்த்துப்பா

உலகம் போற்றும் உயர்தமி ழதனை
நிலவச் செய்யும் நீள்புகழ்ச் செம்மல்
வல்ல கல்கியின் நல்லறக் கட்டளை
நல்ல முந்நாள் சொற்பொழிவதனைச்
செந்தமிழ் உணர்ச்சி நந்தமிழ் வளர்ச்சி
பைந்தமிழ் ஆட்சி எனவே வகுத்து
ஆற்றிய சொற்பொழிவு போற்றரும் பொழிவாம்
சாற்றருங் கருத்துக் காற்றோடு போகாது
அழகிய நூலாய் ஆக்கினீர் நன்றே
அழகிய முனைவ! பழகற் கினியீர்!
நும்போல் தமிழ்நெஞ்சர் சிலரே யாவர்
நும்மால் இரும்புலி இறும்பூ தெய்திற்று
நும் நூல் ஒவ்வொரு தமிழர் கையிலும்
அமிழ்தம் போலத் திகழுறின் அந்நாள்
தமிழாட்சி வந்தது வந்தது என்றே
வெற்றி முரசும் முழங்கு மன்றோ!

பெரும்புலவர் இர. திருஞானசம்பந்தன்

டாக்டர் பெ. மாதையன்

தங்களின் நூல் கிடைத்தது. முழுவதும் படித்து முடித்துவிட்டேன். உரிய நேரத்தில் உரிய முறையில் உரியவரால் செய்யப்பட்ட நல்லதொரு அறிவுப் பேழையாக இந்நூல் உள்ளது. அரசு மொழி வளர்ச்சிக்கு செய்ய வேண்டிய அல்லது மொழிவளர்ச்சிக்காகச் செயல்பட வேண்டிய முறை குறித்த செய்திக்கும் முத்தாய்ப்பாய் அமைந்துள்ளது. இந்நூலை வேறு சிலரிடமும் படிக்கக் கொடுத்துள்ளேன்.

தஞ்சாவூர் அன்புடன்
22- 5- 1986 பெ. மாதையன்

நூல் மதிப்புரை திரு. கூ.வ. எழிலரசு

1. நூலின் பெயர் : தமிழ் "தமிழ் உணர்ச்சி, தமிழ் வளர்ச்சி, தமிழ் ஆட்சி"

எழுதியவர்: டாக்டர் **பொற்கோ,**
பேராசிரியர் தமிழிலக்கியத்துறை
சென்னைப் பல்கலைக்கழகம்.

தமிழிலும், ஆங்கிலத்திலும் பல நூல்களை எழுதியுள்ள டாக்டர் பொற்கோ, சென்னைப் பல்கலைக் கழகத்தில் கல்கி அறக்கட்டளைச் சொற்பொழிவுத் திட்டத்தில் நிகழ்த்திய கருத்துப் பொழிவே "தமிழ் உணர்ச்சி, தமிழ் வளர்ச்சி, தமிழ் ஆட்சி" என்ற தலைப்பில் நூலாக வெளிவந்துள்ளது. தமிழர்க்கு உயிர்போன்ற தமிழின் உணர்ச்சி, அதன் வளர்ச்சி, அதன் ஆட்சி - இவைகளைப் பற்றி நம்மில் எத்துணைபேர் சிந்தித்தோம்? செயல் பட்டோம்? இத்தகைய சிந்தனையையும், செயல்பாடு களையும் தூண்டுவதே இந்நூலின் தலையாய நோக்கம் எனலாம்.

ஆற்றொழுக்கான சொற்பொழிவு நடை; கவின் மிகுந்த கையடக்கப் பதிப்பு; கண்களையும் கருத்தையும் ஒருங்கே கவரும் மேலட்டை முகப்பு; சுயசிந்தனையைச் சுடர் போலெழுப்பும் கருத்துக் குவிப்பு. இப்படி எத்தனையோ பெருமைகளைக் கொண்டது இந்நூல்.

நூலைப்படித்து முடித்தவுடன் ஒருநீண்ட சொற் பொழிவைச் சொக்கத் தமிழில் கேட்ட பெருமை நம் செவிகளுக்கும், தமிழுக்காக நாம் என்ன செய்தோம்? என்ற வினாவை நமக்குள் எழுப்பிய பெருமை நூலுக்கும் கிடைக்கிறது.

நுண்மாண் நுழைபுலமிக்க நூலாசிரியர் தம் கருத்துகளைப் பாதுகாப்பான வேலிக்குள்ளேயே பயிர் செய்திருக்கிறார். மூன்று தலைப்புகளாகப் பகுத்துக் கொண்டு ஒவ்வொன்றிலும் விலைமதிப்பில்லா வரலாற்று உண்மை களை: வாழ்ந்த தமிழை: வாழ்விழந்து தாழ்ந்த தமிழை; இனி வாழ வேண்டிய தமிழை - வரிக்குவரி கவனமாக உரசிப் பார்த்து உண்மைகளை வெளிச்சத்தில் உலவ விட்டுள்ளார் நூலாசிரியர்.

தமிழ் உணர்ச்சி நமக்கு ஏற்பட்ட ஏற்றப்பட்ட முறைகளை,

சமயம் சார்பாகத் தோன்றிய தமிழுணர்ச்சி

தேசியம் சார்பாகத் தோன்றிய தமிழுணர்ச்சி

சமுதாயம் சார்பாகத் தோன்றிய தமிழுணர்ச்சி

என மூன்று வகைகளாக முதற் பகுதியில் பிரித் துரைக்கின்றார் நூலாசிரியர்.

சமயம் சார்பாகத் தோன்றிய தமிழுணர்ச்சி என்பது தமிழ்ச் சமயவாணர்கள் தமிழ் உணர்ச்சியை ஒரு சுயமரியாதைப் பிரச்சினையாகக் கருதியபோது தோன்றிய உணர்ச்சி. தமிழ் எள்ளி நகையாடப்பட்டபோதும், பிறமொழி வல்லாண்மையால் வலுவிழந்தபோதும், அதை உயர்த்திப் பேசிக் காப்பாற்றும் பொறுப்பை ஒரு காலகட்டத்தில் ஏற்றவர்கள் சமயவாணர்கள். இந்த அணியின் அறிகுறியாகத் தோன்றிச் சிகரமாக விளங்கியவர் மறைமலை அடிகளார். தம்முடைய சமுதாயப் பணிகள் பலவற்றோடு, தனித்தமிழ் இயக்கமும் நடத்தித் தமிழர் நெஞ்சில் நீக்கமற நிலைத்தவர் மறைமலை அடிகளார். சமயம் சார்பாகத் தோன்றிய தமிழுணர்ச்சி இவருடைய தலைமை வழிகாட்டுதலால்தான் நமக்கு ஊட்டப்பட்டது என்பது நூலாசிரியரின் முடிவு.

அடுத்து சுதந்திரப் போர் எழுச்சியின் தொடர்ச்சியாக ஏற்பட்ட தமிழ் உணர்ச்சி. இவ்வுணர்ச்சியின் சார்பாகத்தான்

நாம் வ.உ.சி., திரு.வி.க., பாரதியார் போன்றவர்களைச் சந்தித்தோம். தேசியத்தோடு இணைத்து இவர்கள் ஊட்டிய உணர்வும் தமிழர்களைத் தன்னிலை உணரவைத்தது.

மூன்றாவதாகத் தோன்றியது சமுதாயம் சார்பாகத் தோன்றிய தமிழுணர்ச்சி. இதற்கு அடிப்படையாக நின்றவர்கள் சுயமரியாதை இயக்கத்தினர்.

இவ்வியக்கத்தினர் தொடர்ந்து போராடிப் பெற்றுத் தந்த வகுப்புவாரி உரிமையால்தான் இன்று 50 விழுக்காடு பிற்படுத்தப்பட்ட மக்கள் கல்வி அறிவு பெற முடிந்தது. சுயமரியாதை இயக்கத்தினரின் சளைக்காத உழைப்பால்தான் இலக்கியமும், மொழியும் மேட்டுக்குடிகளுக்குரியவை என்ற எண்ணம் எடுத்தெறியப்பட்டது. இலக்கியங்களின் பாடுபொருள்களில் மிகப் பெரிய மாற்றமும், திருப்பமும் ஏற்பட்டன. சமுதாயம், பகுத்தறிவு, சமதர்மச் சிந்தனைகளைப் பற்றி இடையறாது பேசியும், எழுதியும் தமிழ்மொழியை முதன்முதலாக மக்கள் மயமாக்கிய பெருமை சுயமரியாதை இயக்கத்தினரையே சாரும் என்கிறார் நூலாசிரியர்.

இச்சுயமரியாதை இயக்கத்தின் தலைவரான தந்தை பெரியார் தமிழ், தமிழர் நலம் காப்பதில் மிகுந்த பொறுப்போடும் துணிவோடும் செயல்பட்டார். தமிழுக்கு ஆபத்துவந்த போது சமயஞ் சார்ந்தவர் எனக் கருதாது மறைமலை அடிகளாரையே தலைமையேற்கச் செய்து மாநாடு நடத்தினார். தமிழ் இலக்கியங்களைக் கடுமையாக விமர்சித்த பெரியார்தான் தமிழறிஞர். கா. நமச்சிவ முதலியாரின் ஊதியத்தை உயர்த்தக் கோரித் தலையங்கம் தீட்டினார். தமிழ் மறையாம் திருக்குறளைப் பரப்ப மாநாடு நடத்தினார். இங்கே நாம் காணுகின்ற தமிழ்வளர்ச்சி முன்னர்க் குறிப்பிட்ட தமிழ் உணர்ச்சிகளிலிருந்து வேறுபட்டதாகவும் மக்களை மையப்படுத்திய தமிழ் உணர்ச்சியாகவும் இருப்பதைக் காண்கிறோம். இவை மட்டுமின்றித் தமிழ் உணர்ச்சியூட்ட இவ்வியக்கத்தின்

எழுத்தாளர்கள் கையாண்ட முறைகளைப் பற்றியும் விரிவாகப் பேசுகிறார் நூலாசிரியர்.

சுயமரியாதை உணர்வோடு தமிழ் உணர்ச்சியூட்டிய புரட்சிக் கவிஞர் பாரதிதாசன் முதலாகப் பல கவிஞர்களின் பணிகளை நன்றியோடு நினைவு கூர்கிறார் நூலாசிரியர்.

இரண்டாம் பகுதியில் தமிழ் வளர்ச்சிக்கு உறுதுணையாயிருந்த இருக்கின்ற 40க்கும் அதிகமான சங்கங்களும் மன்றங்களும், அரசு, தனியார் நிறுவனங்களும் மற்றவைகளும் அகராதிகளும், பிறமொழி ஆய்வுகளும் எடுத்தியம்பப் பட்டுள்ளன. தமிழ் வளர்ச்சி என்பது தமிழில் வந்துள்ள புதினம், சிறுகதை, கவிதை என்ற சிற்றெல்லைக்குள் அடங்கி விடுவதல்ல எனக் கருதுகின்ற நூலாசிரியர் விண்ணை எட்டிப் பிடிக்கிறது மனித இனம்; அந்த அளவிற்குத் தமிழ் வளர வேண்டும். தமிழ் உயரவேண்டும் என்ற டாக்டர் வா.செ. குழந்தைசாமி கவிதைக் கருத்தை ஏற்று, நம்மையும் அக்கருத்துக்கு ஆற்றுப்படுத்துகிறார்.

நமது சிந்தனை முடந்தீர்க்க வந்த பெரியார்தான் இந்நூற்றாண்டில் மிகுதியான அளவிற்குத் தமிழைப் பயன்படுத்தியவர். இறப்பதற்கு ஐந்து நாள்களுக்கு முன்புகூட நோய்வாய்ப்பட்ட நிலையிலும் அறிவூட்டும் பணியை அயராது செய்தவர் தந்தை பெரியார். சமுதாய வளர்ச்சிக் கேற்ற வகையில் மொழியும் வளர்ந்து நமக்குக் கை கொடுக்க வேண்டும். இந்த வளர்ச்சியை ஏற்றுக் கொள்ளாமல் பயன் பாடின்றிக் கிடந்ததால்தான் தமிழைக் காட்டுமிராண்டி மொழி என்றார் பெரியார்.

புதிய வளர்ச்சி வேகத்தோடு தமிழ் வளர்ச்சி அமைய வேண்டும் என்ற நோக்கில்தான் அவர், தமிழில் எழுத்துச் சீர்திருத்தத்தைக் கொண்டு வந்தார். தந்தை பெரியார் கொண்டு வந்த எழுத்துச் சீர்திருத்தம் இன்றைய சமுதாய மொழியியல் அறிஞர்கள் கூறும் கருத்துக்கு மிக நெருக்கமான முறையில் அமைந்திருக்கிறது. தமிழக அரசு இதை ஏற்று

நடைமுறைப்படுத்தி உள்ளது. இவை மட்டுமின்றித் தமிழ்ச் சொல்லாக்க மாநாட்டிலும் "பிற மொழிச் சொற்களைக் கடன்வாங்கி இருக்கிற தமிழையும் கெடுத்து விடாதீர்கள்" என்று பெரியார் எழுதிய தலையங்கத்தின் கருத்தே இறுதியில் ஏற்கப்பட்டது. பழமையின் பிடியிலிருந்து தமிழ் விடுபட வேண்டும் என்பதில் மிகுந்த கவனம் செலுத்தினார் தந்தை பெரியார். காவியங்களையும், காவிய மாந்தர்களையும் தெய்வீகப்படுத்தாமல் மரபை மீறிய சிந்தனைகளைத் தாங்கிய "சிலப்பதிகார ஆராய்ச்சி" என்ற நூலுக்குத் துணிந்து முன்னுரை வழங்கியதை இதற்குச் சான்றாகக் கூறலாம்.

இன்றைய அரசியலமைப்பில் மொழிச்சிக்கலைத் தீர்க்க மாற்று இல்லையென்றால், இந்த அரசியலமைப்பின் அடிப்படையைத்தான் மாற்ற முயலவேண்டும் என்றும், "தமிழ் வளம் பெறும் வரையில் ஆங்கிலம் இருக்கட்டும்" நமது உயர்தரக் கல்விக்கு ஆங்கிலம் வேண்டியதே. அதைக் கைவிடக் கூடாது என்பது நியாயம்தான். ஆனால் என்றைக்கும் அது நம்மிடையே நிலைத்துவிடத்தக்க முறையில் நடந்து கொள்ளக் கூடாது என்றும் தமிழ் வளர்ச்சி பற்றி பொறுப்போடும் துணிவோடும் கருத்துரைத்தவர் அறிஞர். தி.ஜ. ரங்கநாதன் என்கிறார் நூலாசிரியர்.

அறிவியல், தொழில் நுட்பயுகத்தில் மிகவேகமாக முன்னேறி வரும் உலகில் நாம் பின் தங்கித்தான் இருக்கிறோம். இந்நிலையை மாற்ற, கலைச் சொல்லாக்கம், எழுத்துச் சீர்திருத்தம், மொழி பெயர்ப்பு ஆகிய பணிகளில் நாம் மிகுந்த ஈடுபாடு கொள்ள வேண்டும் என நூலாசிரியர் கூறும் கருத்து அனைவரும் ஏற்று நடைமுறைப்படுத்த வேண்டியதே.

நூலின் இறுதிப் பகுதி "தமிழ் ஆட்சி" பற்றியது. தமிழை ஆளுதல் (Use of Language) தமிழை மேம்படுத்துதல் ஆகிய இருகோணங்களில் இப்பகுதியில் செய்திகள் செறிவாக அமைந்துள்ளன. ஒரு நாட்டில் ஆட்சி மொழி யாவதற்குத் தாய்மொழி என்னும் தகுதிக்கு ஈடாக வேறு

எந்தத் தகுதியும் ஒரு மொழி பெற்றிடத் தேவையில்லை என்ற பேரறிஞர் அண்ணாவின் கருத்தைச் சுட்டிக் காட்டுகிறார் ஆசிரியர்.

1956இல் தமிழை ஆட்சிமொழியாக்கிச் சட்டம் உருவாக்கப்பட்டது. 1959இல் தமிழ் வளர்ச்சி மன்றம் அமைக்கப்பட்டது. 1978இல் தமிழிலேயே கையொப்பமிட வேண்டும், மடல்கள் அரசு நிர்வாகங்களின் செயற்பாடுகளை தமிழில் நடத்த வேண்டும் என அரசாணை மூலம் வாய்ப்பளிக்கப்பட்டது. ஆனால் இதில் கடுமை காட்டப் படவில்லை. பிறகு கடைகள், மற்ற நிறுவனங்கள், பொது இடங்களில் தமிழிலேயே பெயர்ப்பலகை அமைக்கப்பட வேண்டும் என்று ஓர் ஆணை பிறப்பிக்கப்பட்டது. நீதி மன்றத்தீர்ப்புகள் தமிழில் வழங்கப்பட வேண்டும் என்றும் ஆணைபிறப்பிக்கப்பட்டது. இத்தனை ஆணைகள் இருந்தும் இவற்றால் எல்லாம் முழுக்க முழுக்கத் தமிழ் வளரவில்லை எனக் கவல்கின்றார் நூலாசிரியர். கோயில்களில் தமிழில் வழிபடுவதற்காகப் போராட்டம் வந்தும் பயன் ஏற்பட வில்லை. சுருங்கச் சொன்னால் கல்வியில் தமிழ் இல்லை; அரசில் தமிழ் இல்லை; வழிபாட்டில் தமிழ் இல்லை; தமிழகத் தெருக்களில் தமிழ் இல்லை. எங்கே போய்த் தமிழைத் தேடுவது என்ற நிலைதான் மிஞ்சுகிறது என்று கவலைப்படுகின்ற, ஏங்குகின்ற நூலாசிரியர் நம்மையும் அவருடன் அழைத்து சேர்ந்து சிந்திக்க வைக்கின்றார் எனில் அது மிகையாகாது.

இந்நிலை மாறிட நம்மொழிக்கும் ரஷ்யா, மலேசியா, இந்தோனேசியா போன்ற நாடுகளில் உள்ளதைப் போன்று ஒரு மொழிமேம்பாட்டுத்திட்டம் (Language Planning) அவசியம் தேவை என்ற இவருடைய கருத்து தங்குதடையின்றி ஏற்கத்தக்க ஒன்று.

உண்மையாகத் தமிழ் ஆட்சி உருவாக வேண்டு மானால், ரஷ்யாவைப் போல் மொழிச் சிக்கலைத் தீர்த்துக்

கொள்ள வேண்டிய பொறுப்பு நமக்கு வர வேண்டும். ஆங்கிலம் படித்துவிட்டால் வேலை கிடைக்கும் என்ற குருட்டு நம்பிக்கை நம்மை விட்டகலவேண்டும். "எங்கும் தமிழ், எதிலும் தமிழ்" என்ற முழக்கம் உண்மையான மக்கள் முழக்கமாக மாறி அதை நடைமுறைப் படுத்தும் உறுதி ஏற்பட வேண்டும்.

எப்போது நம் தமிழ்மொழி ஆட்சி, நீதி, கல்வி, வழிபாடு முதலான துறைகளில் உண்மையாக ஆட்சி செலுத்துகிறதோ, அப்போதுதான் உண்மையான தமிழ் மலரும் என்ற நூலாசிரியரின் கருத்துகள் ஆழ்ந்து சிந்திக்கத் தக்கவை: ஏற்றுச் செயல்படத்தக்கவை.

தமிழரெனக் கூறிக் கொள்கின்ற ஒவ்வொருவரும் இந்நூலை முடிமேல் சுமந்து சென்று மற்றவர்க்கு அறிமுகப்படுத்த வேண்டும்; அதன் வழி நடக்க வேண்டும் என்றால் அது மிகையல்ல.

கூ. வ. எழிலரசு